सोनेरी सावल्या

वि. स. खांडेकर

मेहता पब्लिशिंग हाऊस

- *या पुस्तकातील लेखकाची मते, घटना, वर्णने ही त्या लेखकाची असून त्याच्याशी प्रकाशक सहमत असतीलच असे नाही.*

SONERI SAVLYA by V. S. KHANDEKAR

सोनेरी सावल्या : वि. स. खांडेकर / रूपककथा

© सुरक्षित

मराठी पुस्तक प्रकाशनाचे हक्क मेहता पब्लिशिंग हाऊस, पुणे.

प्रकाशक : सुनील अनिल मेहता, मेहता पब्लिशिंग हाऊस,
१९४१, सदाशिव पेठ, माडीवाले कॉलनी, पुणे – ४११०३०.

मुखपृष्ठावरील छायाचित्र : डॉ. रवींद्र व्होरा

मांडणी : बाबू उडुपी

प्रकाशनकाल : डिसेंबर, १९४६ / ऑक्टोबर, १९९६ / सप्टेंबर, २००४ / ऑगस्ट, २००९ / ऑगस्ट, २०१६ / पुनर्मुद्रण : जून, २०१७

P Book ISBN 9788171616091
E Book ISBN 9789386342652
E Books available on : play.google.com/store/books
www.amazon.in

आधुनिक भारताचे
महाकवी
रवींद्रनाथ टागोर
यांच्या स्मृतीस

अनुक्रमणिका

तीन ध्येयवादी

ते तिघे प्रवासी पर्वताच्या पायथ्याशी येऊन पोचले न पोचले, तोच सूर्य मावळला.

जिकडेतिकडे अंधाराचे राज्य सुरू झाले, रातकिडे भाट बनले, कोल्हे गवई झाले आणि सर्प गुप्तहेरांचे काम करू लागले.

भेदरलेल्या डोळ्यांनी काळोखाकडे पाहणाऱ्या आकाशातल्या तारकांनी हा हा म्हणता कृष्णमेघांचे पांघरूण आपल्या तोंडावरून ओढून घेतले. वेलीवर हसू लागलेल्या कळ्यांनी पुन्हा आपल्या आईच्या कुशीचा आसरा घेतला. भयभीत झालेल्या वायुलहरी लपायला जागा दिसत नसल्यामुळे थरथर कापत सैरावैरा धावू लागल्या.

तरुण प्रवासी पर्वताच्या पायथ्याशी एकदम थांबला.

त्याच्याबरोबरच्या त्या दोन तरुणीही- बहिणीबहिणी होत्या त्या- लगेच थबकल्या.

तिघांच्याही मुद्रांवर भीतीची छाया पसरली.

'उद्या प्रातःकाळपर्यंत जो या पर्वताच्या शिखरावर चढेल, त्यालाच चिरंतन आनंदाचा मार्ग दिसेल', ही आचार्यांची वाणी तिघांच्याही कानांत घुमत होती.

पण डोळ्यात बोट घातले तरी दिसणार नाही अशा अंधारात, या अपरिचित पर्वतावर पाऊल टाकायचा कुणालाही धीर होईना.

तो तरुण उपहासाच्या स्वराने उद्गारला, ''ब्रह्मदेवाला

भितरेपणाची मूर्ती निर्माण करायची मोठी हौस होती, म्हणून त्याने स्त्री घडविली!''

त्या दोघी बहिणींपैकी गंभीर मुद्रेच्या तरुणीने हे शब्द ऐकून नुसते स्मित केले.

दुसरीला मात्र गप्प बसवेना. आपल्या स्वप्नाळू डोळ्यांनी त्या तरुणाकडे पाहत आणि मोठमोठ्याने हसत ती म्हणाली, ''ब्रह्मदेवाला बडबडेपणाची मूर्ती निर्माण करावयाची मोठी हौस होती म्हणून त्याने पुरुष घडविला!''

या टोमण्याला सक्रिय उत्तर देण्याकरिता तो पुरुष पुढे आला. पण पर्वताच्या पायथ्याशी असलेल्या पहिल्या खडकाचा गारगार स्पर्श पायाला होताच दचकून त्याने आपले पाऊल मागे घेतले. तो कापऱ्या स्वरात पुटपुटला, ''साप!''

आपण घाबरलो नाही हे त्या तरुणींना दाखविण्याकरिता तो म्हणाला, ''उजाडायच्या आत आपण डोंगरमाथा गाठायला हवा हे खरं; पण तेवढ्यासाठी प्राण धोक्यात घालण्यात काय शहाणपणा आहे? या डोंगरवरले साप नुकतेच बिळाबाहेर पडले असावेत! भुताखेतांवर तसा विश्वास नाही माझा! पण ही झाडं अंधारात भुतासारखी वाटतात, नाही?''

''अहा रे बुद्धिवादी!'' स्वप्नाळू डोळ्यांची ती तरुणी त्याला वेडावीत म्हणाली. ''कुठल्याही गोष्टीच्या दोन्ही बाजू तर्कशुद्ध दृष्टीने पाहणे हेच बुद्धीचे काम आहे. या काळ्याकुट्ट काळोखात डोंगर चढता चढता साप चावला, एखाद्या खडकावरून पाय निसरून आपण खोल खड्ड्यात जाऊन पडलो किंवा एखाद्या काटेरी झुडपाला आपलं वस्त्र अडकलं तर आचार्यांनी सांगितलेला चिरंतन आनंदाचा मार्ग दूर राहील आणि कायमची दु:खाची वाट मात्र आपल्याला सापडेल, होय की नाही? मध्यरात्र उलटून काळोख निवळेपर्यंत—''

त्या तरुणाने गंभीर मुद्रेच्या तरुणीला उद्देशून हे शेवटचे वाक्य उच्चारले होते. पण तिने उत्तरादाखल मानसुद्धा हलविली नाही. कदाचित तिला त्याचा तो प्रश्न ऐकूच गेला नसेल! ती समोरच्या काळोखाकडे अशी एकाग्र दृष्टीने पाहत होती -

जणूकाही उपास्य दैवतांचे चिंतन करणारी योगिनीच!

त्या तरुणाने स्वप्नाळू डोळ्यांच्या तरुणीकडे पाहिले. ती उतावळेपणाने म्हणाली, ''जिथं संशय, तिथं पराजय' ही म्हण ऐकली आहेस का कधी? तुझी बुद्धी तुलाच लखलाभ असो! कुठलीही मोठी कामं बुद्धीनं पार पडत नाहीत, ती भावनेनं साध्य होतात. काळोख निवळण्याची वाट बघत तू खुशाल बैस इथं. आम्ही दोघी आताच्या आता डोंगर चढायला लागणार. होय ना गं ताई?''

ताईने उत्तरादाखल मानसुद्धा हलवली नाही. कदाचित आक्काचा प्रश्न तिला ऐकू गेला नसेल! ती समोरच्या काळोखाकडे एकाग्र दृष्टीने पाहत होती. तिच्या मुद्रेवर समाधीचा ब्रह्मानंद नाचत होता!

स्वप्नाळू डोळ्यांच्या त्या तरुणीने आपल्या नेसलेल्या सुंदर वस्त्राचा पदर टर्रकन फाडला.

चकित होऊन त्या तरुणीने विचारले, ''हे, हे काय?''

ती उत्तरली, ''डोंगर चढताना साप नि भुतं दिसू नयेत, त्यांना पाहून माग येण्याची बुद्धी होऊ नये म्हणून एक युक्ती करणार आहे मी!''

फाडलेल्या वस्त्राच्या दोन लांबलचक पट्ट्या करून ती आपल्या धाकट्या बहिणीजवळ गेली. काळोखाकडे पाहून तिला इतका कसला आनंद झाला होता कुणाला ठाऊक! तिला गदागदा हलवीत थोरली बहीण म्हणाली, ''डोळ्यांवर ही पट्टी बांध म्हणजे डोंगर चढताना भय वाटणार नाही तुला!''

आता कुठे त्या गंभीर मुद्रेच्या तरुणीला वाचा फुटली. पट्टी फेकून देत ती म्हणाली, ''उघड्या डोळ्यांनी डोंगर चढणार आहे मी आक्का!''

''या काळोखात?''

''हो!''

''पायाखाली साप येतील, वाटेत भुते खायला येतील!''

काहीही उत्तर न देता ती गंभीर मुद्रेची तरुणी शांतपणे पुढे झाली. तिची वडीलबहीण ओरडून म्हणाली, ''थांब, पोरी

थांब! असं वेडं साहस करू नकोस. तुझ्यापेक्षा चार पावसाळे जास्त पाहिले आहेत मी. आपण दोघीही या पट्ट्यांनी डोळे बांधून घेऊ या आणि एकमेकींचा हात धरून डोंगर चढू या!"

स्वप्नाळू डोळ्यांच्या त्या तरुणीने डोळे ताणताणून पाहिले; पण तिला आपली धाकटी बहीण आता कुठेच दिसेना. ती त्या भयाण काळोखात केव्हाच गडप झाली होती!

दुसऱ्या दिवशी सकाळी त्या तरुणाने डोळे उघडून पाहिले. आपण अद्यापि पर्वताच्या पायथ्याशीच आहोत हे पाहून तो निराश झाला. हळूहळू विरळ होत चाललेल्या भोवतालच्या धुक्यातून त्याला पर्वताचे शिखर दिसू लागले. तेथे एक तरुणी हसत उभी होती. डोळे बांधून घेऊन काळोखात डोंगर चढणाऱ्या त्या स्वप्नाळू डोळ्यांच्या तरुणीचे त्याला विलक्षण कौतुक वाटू लागले.

इतक्यात कुणाच्या तरी कण्हण्याचा आवाज त्याच्या कानांवर आला. त्या आवाजाच्या अनुरोधाने तो चालू लागला.

आता धुके अजिबात नाहीसे झाले होते. त्या कण्हणाऱ्या व्यक्तीजवळ तो तरुण आला. त्याने तिच्याकडे निरखून पाहिले. स्वप्नाळू डोळ्यांची त्याची सोबतीण होती ती! ती एका खड्ड्यात पडली होती. आपल्या डोळ्यांवरली पट्टीसुद्धा सोडता येत नव्हती तिला.

त्या तरुणाने तिच्या डोळ्यांवरली पट्टी सोडली. तेव्हा आपल्या मुरगळलेल्या पायाकडे पाहत एक सुस्कारा सोडून ती म्हणाली, "रात्रभर इतक्या वेदना सोसल्या मी! पण मी अजून डोंगराच्या पायथ्याशीच आहे!"

त्या दोघांनी पर्वताच्या शिखराकडे पाहिले. गंभीर मुद्रेची तरुणी तिथे हात जोडून कुणाला तरी वंदन करीत होती. तिच्या अंगावरले वस्त्र फाटले होते. रक्ताने अगदी लाल झाले होते. पण त्याची तिला शुद्धच नव्हती. ती कुठे तरी दूर दूर पाहत हसत होती. तिच्या डोळ्यांत जगातल्या सर्व सुंदर स्वप्नांचे संमेलन झाले आहे असा भास होत होता!

◆

देव नसलेले देऊळ

राजापुढे मान खाली घालून उभा असलेला सेवक म्हणाला, "महाराज, आपलं भव्य देवालय ओस पडलंय! चिटपाखरूसुद्धा फिरकत नाही तिथं, सारे सारे भक्त-"

"कुठं आहेत ते?" राजाने अस्वस्थ होऊन मध्येच प्रश्न केला.

"साधु नरोत्तमाच्या भोवती ते भजन करीत बसले आहेत!"

"तो रस्त्याच्या कडेला एका झाडाखाली देवाला आळवीत बसला आहे. महाराजांच्या देवालयात आतापर्यंत पाऊलसुद्धा टाकलं नाही त्यानं! इतका गर्विष्ठ आहे हा साधू! पण सारी भाविक माणसं त्याच्याकडेच धाव घेत आहेत!"

राजा स्वतःशीच हसला. त्याच्या मनात आले, एखाद्या सोन्याच्या भांड्यात अमृताइतका गोड मध ठेवला, तरी तो सोडून भुंगे पांढऱ्या कमळाभोवतीच पिंगा घालू लागतात. माणसंसुद्धा अशीच वेडी असतात.

***

पण या बातमीने बेचैन झालेलं राजाचं मन त्याला स्वस्थ बसू देईना. साधू नरोत्तम रस्त्याच्या कडेला गवतावर ईश्वरचिंतन करीत बसला होता, तिथं तो गेला.

राजाने साधूला प्रश्न केला, "महाराज, सोन्याचा कळस असलेलं माझं सुंदर मंदिर सोडून इथं बाहेर धुळीत आपण देवाचं नाव घेत का बसला आहात?"

नरोत्तमाने उत्तर दिले, "कारण उघड आहे. राजा, सोन्याचा

कळस असलेल्या तुझ्या सुंदर मंदिरात देव नाही.''

राजा कपाळाला आठ्या घालून म्हणाला, ''महाराज, हे कलामंदिर बांधायला मला दोन कोटीपेक्षा अधिक खर्च आला आहे, याची आपणाला कल्पना तरी आहे काय? असं मंदिर पूर्वी कधी कोणी बांधलं नाही. आणि या देवालयात मी धर्मशास्त्राप्रमाणे मूर्ती बसवली तेव्हा जो समारंभ झाला, तसा पूर्वी कोणी पाहिलाही नसेल. त्याचा खर्च —''

नरोत्तमाने उत्तर दिलं, ''तोही मला ठाऊक आहे. ते वर्ष माझ्या अंतःकरणावर आगीच्या ज्वाळांनी लिहून ठेवलं आहेस तू! आगीच्या लोळांनी ज्यांची घरं जळून खाक झाली होती, असे हजारो लोक राजवाड्याच्या दारात धरणं धरून उभे होते नि 'दया करा महाराज! गरिबांवर दया करा!' असा व्यर्थ आक्रोश करीत होते. तो ऐकून देव म्हणाला, 'ज्याला आपल्या अनाथ बांधवांसही आश्रय देता येत नाही, त्यानं माझं मंदिर बांधायच्या नादाला कशाला लागावं?' असं बोलून तो मंदिरातून उठला आणि रस्त्याच्या कडेला झाडाखाली हजारो अनाथ निराधार लोक बसले होते त्यांच्यात येऊन बसला. ''दोन कोटींचा खर्च करून बांधलेलं तुझं ते कलामंदिर हा एका क्षणात फुटणारा सोनेरी फुगा आहे राजा! अहंकाराच्या वाऱ्याशिवाय त्या फुग्यात दुसरं काहीही नाही.''

***

राजा संतापाने ओरडला, ''चल! चालता हो माझ्या राज्यातून!''

साधूने हसत उत्तर दिले, ''ज्यानं देवाला आपल्या राज्यातून हद्दपार केलं आहे, त्यानं त्याच्या दासाला घालवून दिलं तर त्यात नवल कसलं?''

- मूळ कथा : रवींद्रनाथ टागोर

◆

श्रीमती

बुद्धदेवाच्या एका पूज्य अवशेषावर राजा बिंबिसाराने एक सुंदर मंदिर बांधले. जणूकाही त्याच्या मनातली उत्कट भक्तीच संगमरवरी स्वरूप धारण करून उद्यानात उभी राहिली आहे, असा ते मंदिर पाहणाराला भास होई.

सायंकाळी राजकन्या आणि राजवधू फुले वाहण्याकरता आणि आरती ओवाळण्याकरता त्या मंदिरात नियमाने जात असत.

पण -

कालचक्राबरोबर सर्वच गोष्टी फिरत असतात.

बिंबिसाराचा पुत्र सिंहासनावर आला. त्याने आपल्या पित्याला प्रिय असलेल्या धर्माच्या सर्व खाणाखुणा मानवी रक्ताने धुऊनपुसून काढल्या. त्या धर्माच्या पवित्र पुस्तकांनी आपल्या यज्ञयागांचा अग्नी त्याने प्रज्वलित केला.

***

पावसाळ्यातला सूर्य अस्ताला चालला होता. सायंकाळच्या पूजेचा समय होत होता.

राणीची दासी श्रीमती हिची बुद्धदेवावर श्रद्धा होती. पवित्र जलाने स्नान करून एका सुवर्णपात्रात मंगल निरांजने आणि पांढऱ्याशुभ्र पुष्पमाला तिने ठेवल्या. ते पूजासाहित्य हातात घेऊन मुकेपणाने तिने आपले काळेभोर डोळे राणीच्या मुद्रेकडे लावले.

राणी भीतीने कापत म्हणाली, "वेडे पोरी, बुद्धदेवाच्या मंदिरात जो पूजासाहित्य घेऊन जाईल, त्याला देहान्त प्रायश्चिताची शिक्षा ठेवण्यात आली आहे, हे तू विसरलीस काय? महाराजांचीच तशी

इच्छा आहे. त्यांच्या इच्छेविरुद्ध कोण वागेल? त्यांची आज्ञा म्हणजे-''

राणीला वंदन करून श्रीमती तिच्या महालातून बाहेर पडली आणि जिने युवराज्ञी म्हणून राजवाड्यात नुकताच प्रवेश केला होता, त्या अमितेपुढे जाऊन ती उभी राहिली.

मांडीवर सोनेरी आरसा घेऊन आपल्या काळ्याभोर केशकलापाची वेणी घालण्यात आणि आपल्या कपाळावरले मंगल सौभाग्यचिन्ह रेखून रंगविण्यात ती नववधू रंगून गेली होती.

श्रीमतीकडे दृष्टी जाताच अमितेचे हात थरथर कापू लागले. ती किंचाळली, ''माझ्यावर कसलं संकट आणणार आहेस तू? जा! इथून जा आधी - या क्षणी इथून चालती हो!''

राजकुमारी शुक्ला आपल्या महालात खिडकीपाशी मावळणाऱ्या सूर्यप्रकाशात एक अद्भुतरम्य प्रणयकथेचे पारायण करण्यात दंग झाली होती.

हातात पूजासाहित्य घेऊन आलेली श्रीमती पाहताच ती दचकली. तिच्या मांडीवरून ती प्रणयकथा गळून खाली पडली. ती थरथर कापत श्रीमतीच्या जवळ आली व तिच्या कानात कुजबुजली, ''साहसी पोरी, मृत्यूला मिठी मारायला इतकी अधीर का झाली आहेस?''

***

श्रीमती महालामहालांच्या दरवाजांतून जाऊ लागली. आपले मस्तक उंच करून ती उच्च स्वराने म्हणत होती, ''राजघराण्यांतल्या स्त्रियांनो, चला, घाई करा. भगवान बुद्धाच्या पूजेचा पवित्र समय जवळ येत चालला आहे. चला-चला!''

कुणी तिचे बोलणे पुरे व्हायच्या आधीच आपल्या महालाचे दरवाजे धाडकन लावून घेतले, कुणी तिला शिव्याशाप द्यायला सुरुवात केली.

***

मावळत्या सूर्याचा शेवटचा किरण राजवाड्याच्या बुरुजाच्या तेजस्वी कळसावर चमकेनासा झाला.

रस्त्यारस्त्यांतला कोपऱ्यांवर दाट छाया पसरल्या. नगरीतला कोलाहल शांत झाला. सायंकाळच्या प्रार्थनेची वेळ झाली, हे शिवमंदिरातली घंटा खणखणून सांगू लागली. एखाद्या गढूळ सरोवराप्रमाणे भासणाऱ्या त्या पावसाळी सायंकाळच्या काळोखात चांदण्या चमकू लागल्या. राजवाड्यातल्या उद्यानाच्या पहारेकऱ्यांनी बुद्धाच्या देवालयाकडे पाहिले. त्यांचा आपल्या डोळ्यांवर विश्वासच बसेना! घनदाट वृक्षराजीमधूनही त्या मंदिरात प्रशांतपणे प्रकाशत असलेली दीपमाला त्यांना दिसली.

''मरणाची पर्वा नसलेला कोण मूर्ख मनुष्य आहे हा?'' असे ओरडतच आपल्या तलवारी उपसून ते बुद्धमंदिराकडे धावत गेले.

***

एका मंजुळ स्वराने त्यांना उत्तर लिहिले, ''मी श्रीमती आहे- भगवान बुद्धाची दासी - त्याची नम्र सेविका!''

क्षणार्धात तिच्या भक्तिपूर्ण हृदयातल्या रक्ताने ते पांढरेशुभ्र संगमरवरी मंदिर लाल लाल होऊन गेले! आणि त्या मंदिरात श्रीमतीने बुद्धदेवांपुढे ठेवलेल्या निरांजनातली शेवटची ज्योती रात्रीच्या शांत एकान्तात तारकांच्या अनंतात विलीन झाली!

***

- रवींद्रनाथांची ही छोटी कथा एखादी लोककथा आहे की कविमनाने कल्पिलेली तत्त्वकथा आहे हे निश्चितपणे कोण सांगू शकेल? मात्र तिच्यात सूचित केलेले हृदयस्पर्शी सत्य सर्वकालीन आहे. कुठलीही ज्योती- मग ती भक्तीची असो वा क्रांतीची असो- अखंड तेवत ठेवण्याचा प्रयत्न होतो, तो बड्या गणल्या जाणाऱ्या बुद्धिवंतांकडून किंवा धनवंतांकडून नाही. आत्मपूजा हे त्या माणसांचे दैवत असते, आत्मदान नव्हे. उलट, जग ज्यांना सामान्य म्हणते किंवा गणते ती माणसेच आपल्या श्रद्धास्थानासाठी हसत आत्मदान करतात आणि जीवनातले मांगल्य अभंग राखतात.

◆

विचित्र दु:ख

निरनिराळे रस्ते जिथे एकमेकांना मिळत होते अशा ठिकाणी तो मनुष्य उभा होता. त्याची ओंजळ रत्नांनी भरलेली होती. रस्त्याने जाणाऱ्या-येणाऱ्या वाटसरूपुढे हात पसरून तो एकसारखी एकच विनवणी करीत होता - 'कृपा करून ही रत्नं घ्या. देवाची शपथ आहे तुम्हाला! माझ्या हातातून ही घ्या आणि माझ्या मनाला शांती द्या.'

पण रस्त्याने जाणारी-येणारी माणसे त्याच्याकडे नुसती पाहत आणि पुढे निघून जात.

त्याला वाटले, आपण भिकारी झालो असतो, कुणीतरी पै-पैसा देईल या आशेने पुढे केलेला आपला थरथर कापणारा हात अगदी रिकामा राहिला असता, तरी आपण रत्ने द्यायला जावे आणि ती घ्यायला कुणीही पुढे येऊ नये, यापेक्षा ते दु:ख आपल्याला अधिक सुसह्य वाटले असते!

***

असाच एक सुंदर राजपुत्र होता. त्याने उंच उंच डोंगर आणि ओसाड मैदान यांच्यामध्ये आपले रेशमी तंबू उभारले. अपरिचित प्रवाशांना आणि भटक्या वाटसरूंना, आपल्या तंबूची वाट कळावी म्हणून त्याने नोकरांना आपल्या निवासाभोवती एकसारखा जाळ पेटत ठेवायला हुकूम दिला. आपल्याकडे एखादा तरी पाहुणा यावा म्हणून सर्व रस्त्यांवर रात्रंदिवस नजर ठेवण्याकरिता त्याने आपल्या गुलामांना पाठविले. पण त्या मैदानातले रस्ते आणि पाऊलवाटा नेहमी निर्जनच राहिल्या. राजपुत्राचे वैभवशाली स्वागत स्वीकारायला एकही भिकारी

अथवा भटक्या पुढे आला नाही. राजपुत्राच्या मनात आले, 'आपण अन्न आणि आसरा शोधणारा कुणीतरी निराधार मनुष्य झालो असतो तर ते कितीतरी बरे झाले असते. एक दांडा आणि एक मातीचे भांडे हीच ज्याची जगातली सारी संपत्ती आहे, अशा भटक्याचे जीवनसुद्धा आपल्यापेक्षा अधिक सुखी असले पाहिजे. ज्याला घरदार नाही अशा भटक्याचे आयुष्य आपल्याला लाभले असते, तर संध्याकाळी आपल्यासारख्या प्रवाशांच्या मेळाव्यांत आपल्याला जागा मिळाली असती, त्या अनामिक कवींच्या संभाषणांत आपण रंगून गेलो असतो. त्यांचे अठराविश्वे दारिद्रय, त्यांच्या मधुर स्मृती आणि त्यांची विलक्षण स्वप्ने यांच्यात आपण भागीदार होऊ शकलो असतो.'

***

अशीच एक राजकन्या होती. ती आपल्या उंच महालातल्या सुंदर मंचकावर निद्रेतून जागी झाली. अजून बाहेर रात्रच होती. पण तिने लगबगीने उठून तलम रेशमी वस्त्रे परिधान केली. अंगावर माणिकमोत्यांचे अलंकार घातले. केशकलापावर कस्तुरीचे सिंचन केले आणि लाल लाल मेंदीने आपली नखे रंगविली. मग ती आपल्या महालातून हळूच खालच्या बागेत आली. तिचे सोनेरी चढाव उत्तर रात्रीच्या दवबिंदूंना तुडवीत साऱ्या बागेत फिरू लागले. त्या असीम शांततेत राजकन्या उद्यानात प्रणयाचा शोध करू लागली. पण तिच्या पित्याचे राज्य कितीही विशाल असले, तरी त्या सबंध राज्यात तिच्यावर प्रेम करणारा असा एकही युवक नव्हता!

तिच्या मनात आले, 'राजकन्या होण्यापेक्षा आपण एखाद्या शेतकऱ्याची मुलगी झालो असतो तर कित्ती कित्ती बरे झाले असते! एखाद्या कुरणात चरणारी मेंढरे दिवसभर राखून, संध्याकाळी धुळीने भरलेल्या पावलांनी पण रानफुलांच्या सुगंधाने सुवासित झालेली आपली साडी सावरीत आपण झोपडीकडे परत आलो असतो- आणि रात्रीने सर्व जगावर आपली जादू पसरल्यानंतर नदीतीरावर आपला प्रियकर जिथे आपली वाट

पाहत तिष्ठत बसला असेल, तिथे त्याला भेटायला आपण मोठ्या अधीरतेने गेलो असतो.'

- गिब्रानच्या एका लिखाणाचा स्वैर अनुवाद. खालील ओळींवरून या अनुवादातल्या मध्यवर्ती कल्पनेची अधिक स्पष्ट कल्पना येईल -

Would that I were a tree flowerless and fruitless,

For the pain of abundance is more bitter than barrenness.

And the sorrow of the rich from whom no one will take,

Is greater than grief of the beggar to whom none would give.

सुखाचा उगम वैभवात आणि विपुलेत नाही. तो भोगापेक्षा त्यागात आहे. एकलेपणापेक्षा सहवासात आहे हेच गिब्रानला इथे सूचित करायचे आहे. वैभवाने मनुष्यात विकृत आत्मनिष्ठा निर्माण होते आणि मग विकृतीच्या पायीच जीवनातल्या सर्व उच्च सुखांना तो मुकतो.

◆

दोन रत्नकंकणे

खूप खाली, यमुनामाईचा निर्मल प्रवाह वेगाने वाहत होता. मध्येच पुढे आलेला तिच्या तटाचा भाग जणूकाही रागाने पाहत होता.

वृक्षराजींनी काळसर दिसणाऱ्या आणि ओहोळांच्या ओघाच्या खुणा असलेल्या टेकड्या सभोवताली पसरल्या होत्या.

एका खडकावर शीखांचा पूज्य गुरू गोविंद, धर्मग्रंथ वाचीत बसला होता. इतक्यात त्याचा शिष्य रघुनाथ त्याच्यापाशी आला. रघुनाथाला स्वत:च्या वैभवाचा विलक्षण गर्व वाटे. गुरू गोविंदाजवळ येऊन आणि त्याला वंदन करून रघुनाथ म्हणाला, ''महाराज, गुरुदक्षिणा म्हणून मी एक अल्पशी वस्तू आपल्या चरणी अर्पण करण्याकरता आणली आहे. आपण ती स्वीकारावी इतकीसुद्धा तिची किंमत नाही हे मला कळते; पण -''

विनयाचे प्रदर्शन करीतच त्याने दोन रत्नजडित सुवर्णकंकणे आपल्या गुरूपुढे ठेवली.

गुरूने त्यांतले एक उचलले आणि ते आपल्या बोटाभोवती गरगर फिरवायला सुरुवात केली. त्या कंकणाला शोभा आणणाऱ्या हिऱ्याहिऱ्यांतून प्रकाशकिरण नाचू लागले.

क्षणार्धात ते कंकण गुरूच्या हातातून निसटले आणि गिरक्या खात यमुनेच्या प्रवाहात जाऊन पडले.

रघुनाथ किंचाळला, ''अरे देवा!''

लगेच त्याने पाण्यात उडी टाकली.

गुरू गोविंदाने पुन्हा हातातल्या धर्मग्रंथाचे वाचन सुरू केले. यमुनेचे पाणी, ते मिळालेले कंकण लपवून ठेवून वेगाने धावत होते.

थकून गेलेला आणि ओला चिंब झालेला रघुनाथ गुरूपाशी आला तेव्हा सूर्य मावळून गेला होता.

तो धापा टाकीत उद्गारला, "महाराज, ते कंकण कुठं पडलं हे कृपा करून मला दाखवा! अजूनही मला ते शोधून काढता येईल!"

गुरू गोविंदाने दुसरे रत्नजडित सुवर्णकंकण हातात घेतले आणि ते पाण्यात फेकून देत तो म्हणाला, "तिथं - तिथं आहे ते!"

- मूळ कथा : रवींद्रनाथ टागोर

◆

सज्जन पाखरू

रानातल्या त्या पाखराला आपल्या सज्जनपणाचा नेहमीच मोठा अभिमान वाटायचा! त्याच्या बरोबरीची पाखरे एकसारखी किलबिल करू लागली की ते म्हणे, ‘चूप, चूप! तुमचा दंगा ऐकून एखादा पारधी इकडे येईल ना?’ लहान लहान पाखरे आपले चिमणे पंख हलवीत आभाळात उडू लागली की ते गंभीरपणे उद्‌गार काढी, ‘मूर्ख कुठली! माणसानं नेहमी आपली मर्यादा ओळखून वागावं. आभाळाचा अंत कधी कुणाला लागला आहे का?’

एके दिवशी एक हसऱ्या चेहऱ्याचा मनुष्य हातात एक सुंदर पिंजरा घेऊन त्या रानात आला. बाकीची पाखरे त्या माणसाला भिऊन दूरदूर जाऊ लागली. त्यांच्या भितरेपणाची थट्टा करीत हे सज्जन पाखरू मात्र पुढे आले. ते आपल्या सोबत्यांना म्हणाले, ‘ज्या देवानं आपल्याला जन्म दिला, त्यानंच या मनुष्याला निर्माण केलं आहे. मग त्याला भ्यायचं कशाला?’ त्या प्रेमळ माणसाच्या हातातल्या पिंजऱ्याच्या रंगीत गजांजवळ जाऊन ते म्हणाले, ‘आपण ज्या डहाळ्यांवर नाचतो, त्यांतली एकतरी इतकी सुरेख आहे का?’ पिंजऱ्यातल्या लाल लाल डाळिंबाच्या दाण्यांकडे कटाक्ष टाकीत ते उद्‌गारले, ‘कच्ची रानफळं फोडून खाताना आपण त्यांना कितीतरी दुःख देतो. त्यापेक्षा हे मोकळे दाणे खाणंच -’

त्या सुरेख पिंजऱ्याच्या छोट्या दारातून ऐटीने आत जाता-जाता मागे वळून आपल्या सोबत्यांकडे पाहत ते म्हणाले,

'आणि या सुंदर राजवाड्यात पारध्याचं मुळीच भय नाही! या वाड्यातल्या राजाला कुणीही त्रास देऊ नये म्हणून हे गज पाहा कसे शिपायांसारखे पहारा करीत उभे आहेत.'

***

पण तो सुंदर राजवाडा म्हणजे एक भीषण तुरुंग आहे हे लवकरच त्या शहाण्या पाखराला कळून चुकले. राजसेवकांप्रमाणे भासणारे पिंजऱ्याचे गज आता त्याला यमदूतांप्रमाणे वाटू लागले. पिंजऱ्याचा मालक आपल्या लुसलुशीत मांसाची अधिक किंमत यावी म्हणूनच आपणांला फळफळावळ खाऊ घालीत आहे हेही त्याच्या लक्षात आले. छातीवर रोखलेल्या भाल्यांप्रमाणे भासणाऱ्या त्या क्रूर गजांतून आभाळाच्या टीचभर तुकड्याकडे ते घटका-घटका उत्कंठित डोळ्यांनी पाहू लागले. मध्येच भान विसरून भुर्रकन उडण्याकरता ते आपल्या पंखाची फडफड करी. पण गजाचे तडाखे बसले की, त्याच्या कोमल पंखांचा फडफडाट क्षणार्धात थांबे. मात्र त्याच्या हृदयाचा तडफडाट-तो काही केल्या कमी होईना.

शेवटी त्या बंदिवासातून बाहेर पडण्याची एक युक्ती त्याला सुचली.

त्याने अन्नपाणी वर्ज्य केले. पिंजऱ्यातल्या सफरचंदाच्या फोडी सुकून गेल्या, डाळिंबाचे लाल दाणे काळेठिक्कर पडले. आपल्या आवडत्या पाखराला काय झाले हे पाहायला पिंजऱ्याचा प्रेमळ मालक हातांतले काम टाकून धावत आला.

***

पिंजऱ्याच्या कोपऱ्यात पडलेल्या पाखराच्या मलूल मुद्रेकडे पाहताच त्याला अगदी भडभडून आले. कितीतरी वेळ तो डोळे पुशीत होता. शेवटी आपले दुःख कसेबसे आवरून सद्गदित स्वराने त्याला प्रश्न केला, "माझ्या लाडक्याला काय होतंय?"

पिंजरा मुकाच राहिला.

"माझ्या राजाचं पोट दुखतंय?" मालकाने कंपित स्वराने

प्रश्न केला.

आपण उत्तर दिले नाही तर ते आपल्या सज्जनपणाला शोभणार नाही असे वाटून पाखरू उद्गारले, ''अंऽह!''

''धर्म काय, अधर्म काय याचा नेहमी सूक्ष्म विचार करीत बसतोस तू राजा; त्या विचारानं तुझं डोकं दुखत असेल!''

''नाही रे -'' पाखरू उत्तरले.

''तू फार फार सज्जन आहेस देवा! तुला कुणी नोकर काही टाकून बोलला नाही ना? त्या हरामखोराचं नाव सांग! त्याच्या पाठीचं सालडं काढलं नाही, तर -''

पाखरू हसून म्हणाले, ''कुणीही माझा अपमान केला नाही.''

''मग?''

भ्रमिष्ट डोळ्यांनी त्याच्याकडे पाहत पाखरू ओरडले, ''दार उघड, दार उघड! आधी पिंजऱ्याचं दार उघड! मला रानात परत जायचंय! माझ्या रानात - माझ्या सोबत्यांत - माझ्या जन्मभूमीत -''

''पण लाडक्या, तिथं पारधी हातांत बाण घेऊन उभे आहेत!''

''दार उघड! दार उघड -'' पाखरू किंचाळले.

''तिथल्या कच्च्या रानफळांनी माझ्या राजाची चोच दुखेल ना?''

पिंजऱ्याच्या दारावर डोके आपटीत पाखराने आक्रोश केला, ''दार उघड, दार उघड!''

दार उघडायला मालकाने आपला डावा हात पुढे केला. उजव्या हाताने तो आपल्या डोळ्यांतून घळघळ वाहणारी आसवे पुशीत होता.

***

त्याचे ते अश्रू पाहून पाखराला आपल्या दुःखाचा क्षणभर विसर पडला. त्याने मृदु स्वराने मालकाला विचारले, ''काय होतंय तुला?''

“तुझ्यासारख्या सज्जनांना ते कळायचं नाही बाबा!” तो स्फुंदत उत्तरला.

“पण -”

पाखराला एक मोठा हुंदका तेवढा ऐकू आला. त्याचे काळीज अगदी गलबलून गेले. ते प्रेमळ स्वराने म्हणाले, “मी तुझ्यावर रागावून जात नाही. तू माझा जिवाभावाचा मित्र आहेस. पण - मला या पिंजऱ्यात गुदमरल्यासारखं होतंय रे! म्हणून मी... पण रानात गेल्यावरसुद्धा मी तुला कध्धी कध्धी विसरणार नाही.”

“खरं? अगदी खरं?”

मालकाच्या स्वरांतला विलक्षण आनंद पाहून पाखराने होकारार्थी मान हलविली.

“मग - जाण्यापूर्वी तुझी आठवण म्हणून, - मित्र म्हणून मी तुझी जी सेवाचाकरी केली, तिचा मोबदला नकोय मला! फक्त तुझी आठवण म्हणून - एखादी लहानशी खूण - तुझं एखादं पीस मिळालं तरी चालेल मला - त्या पिसाकडं पाहत, माझं पाखरू किती चांगलं होतं याची आठवण करीत, मी आयुष्याचे उरलेले दिवस घालवीन!”

“एक सोडून दहा पिसं घे माझी!” पाखरू हर्षभरित स्वराने बोलून गेले.

मालक मनापासून हसला. पाखराला आपल्या सज्जनपणाचा अभिमान वाटला. मालक आपल्याला आवडणारी चारदोन पिसे काढून घेण्याकरता पाखराला मांडीवर घेऊन बसला. पाखराचे मन दूर दूर राहिलेल्या रानातल्या हिरव्यागार डहाळ्या न्याहाळण्यात आणि तिथल्या सोबत्यांशी किलबिल करण्यात गुंग होऊन गेले. त्याची शुद्धबुद्ध हरपून गेली.

मालक उठला असे पाहताच ते भानावर आले. कितीतरी दिवसांनी स्वच्छंदाने उडण्याच्या विचाराने त्याचे मन फुलून गेले.

पण -

काही केल्या त्याला उडता येईना. त्याने वळून पाहिले.

पलीकडेच त्याचे कापलेले कोमल पंख अस्ताव्यस्त पडले होते - वाऱ्यावर उडत होते - आणि मालक हसतमुखाने नोकराला दुसऱ्या पाखराकरता पिंजरा स्वच्छ करून ठेवण्याचा हुकूम सोडीत होता.

◆

दगडफोड्या

फार जुन्या काळची गोष्ट आहे ही!

एका खेडेगावात एक मनुष्य राहत असे. खडक फोडून काढायचा धंदा करीत असे तो. हे काम मोठे कष्टाचे होते. रक्ताचे पाणी करावे लागे तिथे. पण जगातला कुठला मालक मजुराच्या रक्ताला रक्त मानतो? पाण्याच्या मोलानंच तो ते विकत घेत असतो!

आपल्या मजुरीवर तो मनुष्य उजाडल्यापासून दिवस मावळेपर्यंत काम करीत राही - घाम गाळीत राही! पण त्याच्या उभ्या दिवसाच्या कामाचे दाम? ते पाहिले की त्याला आपल्या दुर्दैवाचे दु:ख अधिकच तीव्रतेने जाणवे!

त्याच्या मनात येई, 'मऊ मऊ मच्छरदाणीने झाकलेल्या पलंगावर विश्रांती घेत पडण्याइतका मी श्रीमंत झालो तर काय बहार होईल!'

त्याच क्षणी आकाशातून एक देवदूत खाली उतरला आणि त्याच्यापुढे उभा राहून म्हणाला, 'अभागी मनुष्या, तुझी इच्छा तृप्त होईल!'

त्याचे मधुर सुखस्वप्न सत्यसृष्टीत उतरले. लक्षाधीश होऊन रेशमाच्या मच्छरदाणीने आच्छादिलेल्या मंचकावर तो अहोरात्र लोळू लागला.

एके दिवशी त्या देशाच्या राजाची स्वारी त्याच्या वाड्यावरून गेली. राजाच्या रथाच्या पुढे आणि मागे घोडेस्वार धावत होते. राजाच्या मस्तकावर एका सेवकाने सोनेची छत्र धरले होते.

हे दृश्य पाहताच तो श्रीमान मनुष्य अस्वस्थ झाला. आपल्या मस्तकावर सोनेरी छत्र नाही याचे त्याला वैषम्य वाटू लागले. तो स्वत:शीच उद्गारला, 'किती दुर्दैवी आहे मी! कुणी मला राजा केलं तर -'

त्याच क्षणी तो देवदूत पृथ्वीवर आला आणि त्याला म्हणाला, 'अभागी जीवा, तुझी इच्छा सफळ होईल.'

तो राजा झाला. त्याच्या पुढे आणि मागे घोडेस्वार धावू लागले.

त्याच्या डोक्यावर सोनेरी छत्र झुलू लागले.

उन्हाळ्याचे दिवस आले. सूर्य आग ओकू लागला. धरणीचे अंग भाजून निघू लागले. गवताची पात नि पात वाळून गेली.

सूर्य आपल्यापेक्षा श्रेष्ठ असल्यामुळे उन्हाने आपला चेहरा भाजून निघतो अशी तक्रार हा राजा आता करू लागला. तो स्वत:शीच उद्गारला, 'किती दुर्दैवी आहे मी! मी सूर्य झालो असतो तर काय मौज झाली असती!'

त्या देवदूताच्या कृपेने तो तत्काळ सूर्य झाला. त्याने पृथ्वीवरल्या सर्व लहानथोर प्राण्यांना भाजून काढून सळो की पळो करून सोडले!

पण एके दिवशी या सूर्याच्या आणि पृथ्वीच्या मध्ये एक ढग आला. पृथ्वीने सावली मिळाली म्हणून सुटकेचा सुस्कारा सोडला.

आपल्या शक्तीला असा विरोध झालेला पाहून सूर्य म्हणाला, 'मेघाचं महात्म्य काही निराळंच आहे. मेघाची शक्ती जर मला मिळाली तर -'

देवदूताने त्याची ती इच्छा क्षणार्धात तृप्त केली. मेघ होऊन तो सूर्य आणि पृथ्वी यांच्यामध्ये संचार करू लागला. पृथ्वीवरले वाळून गेलेले गवत हिरवेगार होऊ लागले.

एके दिवशी या मेघाने मुसळधार पाऊस पाडला. नद्यांना पूर आले. गुरेढोरे त्या पुरात वाहून जाऊ लागली. शेतांत गुडघाभर पाणी उभे राहिले. 'पिके बुडाली' म्हणून शेतकऱ्यांच्या डोळ्यांतून पाऊस गळू लागला.

भेगसुद्धा पडली नाही. मेघाने सरीवर सरी पाडल्या; पण खडक अभंग राहिला.

खडकाची शक्ती आपल्यापेक्षा अधिक आहे हे पाहून त्याला राग आला स्वत:वर चडफडत तो म्हणाला, 'किती दुर्दैवी आहे मी! मी खडक झालो तर –'

तो खडक झाला. उन्हात आणि पावसात हा खडक एखाद्या समाधी लावलेल्या साधूप्रमाणे स्वस्थ बसून राही.

एके दिवशी एक दगडफोड्या कुदळ, हातोडा वगैरे हत्यारे घेऊन तिथे आला.

खडक उद्गारला, 'या मनुष्याची शक्ती माझ्यापेक्षा मोठी आहे! हा माझे तुकडे तुकडे केल्याशिवाय राहणार नाही! छे छे छे! किती दुर्दैवी आहे मी! कुणी देवदूत प्रसन्न झाला, तर त्याच्यापाशी मी एकच मागणं मागेन – मला या मनुष्याचं रूप दे!'

स्वर्गातून देवदूत खाली उतरला आणि म्हणाला, 'अभागी मनुष्या! तुझी इच्छा तृप्त होईल.'

आणि तो पुन्हा दगडफोड्या झाला.

– एका डच कथेचा किंचित स्वैर असा अनुवाद ◆

न पाहिलेलं दुकान

मुंबईला मी वर्षातून एकदोन वेळा तरी येतोच येतो. गेली पंधरा-वीस वर्षे माझा हा क्रम अखंड चालला आहे. आणि असे असूनही प्रत्येक खेपेला जणूकाही आपण ही भव्य आणि रम्य मायानगरी पहिल्यांदाच पाहत आहोत, असा मला भास होतो. पहिल्यांदाच मुंबई पाहायला आलेल्या लहान बालकाच्या अधीर दृष्टीने मी या विराट आणि विलक्षण नगरीतली विविध दृश्ये अद्यापिही पाहतो. ती पाहताना राहून राहून माझ्या मनात येते, ऊर्वशी जशी लतेचे रूप धारण करून राहिली होती, त्याप्रमाणे अखंड यौवन लाभलेल्या एखाद्या अप्सरेने स्वच्छंद विहार करण्याकरता तर हा अवतार घेतला नसेल ना? खेड्यातले सृष्टिसौंदर्य शहरात पाहायला मिळत नाही म्हणून जे लोक तक्रार करतात, त्यांनी मुंबई अजून पाहिलीच नसावी, असे मला वाटते. छोट्या छोट्या टेकड्यांप्रमाणे दिसणाऱ्या उंच उंच इमारती, समुद्राच्या लाटांप्रमाणे पाठशिवणीचा खेळ खेळत मागेपुढे धावणाऱ्या मोटारी, काजव्याच्या हजारो डोळ्यांनी सभोवती पाहणाऱ्या वृक्षाप्रमाणे रात्री जाणाऱ्या-येणाऱ्यांकडे विद्युद्दीपांचे तीक्ष्ण दृष्टिक्षेप टाकणारी उत्तुंग मंदिरे - छे! खेडे हे एखादे भावगीत असले, तर मुंबई हे महाकाव्य आहे. जीवनातल्या सर्व रसांचे संगमस्थान आहे हे!

एखाद्या जुन्या पुस्तकांच्या दुकानात शिरले तरीसुद्धा मुंबईचे हे मोठेपण मला तत्काळ जाणवते. फार दिवसांनी जिवलग मित्र अकस्मात भेटावा त्याप्रमाणे बाहेरगावी कुठेही न मिळणारे

आपले एखादे आवडते पुस्तक त्या दुकानात इतक्या स्वस्तात मिळते की-

मात्र रात्रीचे दहा-अकरा झाले, की थोडा वेळ मुंबई मला अगदी नकोशी होते. अंगातून निघणाऱ्या घामाच्या धारा, कानांवर येऊन आदळणारे चित्रविचित्र कर्कश आवाज- कुंभकर्णदेखील असल्या परिस्थितीत झोपू शकला नसता, असे मला वाटू लागते. जुन्या पुस्तकांच्या दुकानात पैदा केलेली आवडती पुस्तकेसुद्धा या वेळी माझे मनोरंजन करू शकत नाहीत. निद्राभंग ही प्रेमभंगाइतकीच मोठी आपत्ती आहे याची प्रचिती यावेळी मला इतक्या तीव्रतेने होते की, मी मुकाट्याने उठतो आणि समुद्राचा रस्ता सुधारतो.

***

त्या रात्री समुद्रावर अशाच दोन घटका घालवून मी घरी परत यायला निघालो होतो. चालता चालता उजव्या बाजूला एका घड्याळाकडे मी सहज पाहिले. बाराला दोन-तीन मिनिटेच कमी होती. माझ्या मनात एकदम विचार आला, अरे बाप रे! मध्यरात्र झाली की!

मी थोडा पुढे आलो मात्र- दिवसा माणसांनी गजबजून गेलेल्या त्या विस्तीर्ण चौकातल्या नीरव शांततेने माझे मन मुग्ध करून सोडले. दिवसभर दंगामस्ती करणारे एखादे अवखळ बालक शांतपणे झोपी गेलेले असावे - अगदी तस्सा भासला तो चौक मला. दिवसा क्षणाक्षणाला मृत्यू या चौकात डोकावून पाहत असतो म्हणे! पण - आता - निर्भयपणाने त्याच्या मध्यभागी उभे राहण्याचा मोह मला काही केल्या आवरेना. पूर्ण ओहोटीच्या वेळी समुद्र सुस्त होऊन कुठेतरी दूर दूर क्षितिजापाशी जाऊन पडलेला असतो आणि त्याच्या मालकीचे अफाट वाळवंट अशा वेळी मोकळे पडलेले दिसते. एखाद्या लहान मुलाने त्या वाळवंटाच्या मध्यभागी ऐटीने उभे राहून आपण साऱ्या जगाचे राजे आहोत अशा दृष्टीने भोवताली पाहावे ना? त्या चौकात उभे राहून मी चोहोकडे अगदी तश्शी

नजर फिरविली. एखादी मोटार तर दूर राहिली, पण चिटपाखरूसुद्धा मला कुठे दिसेना! त्या दुर्मीळ एकान्ताच्या भावनेने आनंदित होऊन मी डोळे मिटून घेतले.

पण दुसऱ्याच क्षणी ते मला उघडावे लागले. कुणीतरी माझ्या बाहूला हळूच स्पर्श केला होता. मी वळून पाहिले. एक स्त्री माझ्याजवळ उभी होती. तिचा चेहरा मला दिसला नाही, पण तिच्या अंगाभोवती रातराणीचा वास पिंगा घालीत होता. तिच्या तलम काळसर साडीवरली ती मोहक सुंदर फुले! जणूकाही आकाशातल्या तारकांनी तिच्या साडीवर आपले संमेलनच भरवले होते. मी तिला तिचे नाव विचारणार - इतक्यात हळूच शीळ घालावी तशा स्वरात ती म्हणाली, ''कसलं चिंतन करीत होतास तू इथं?''

''एका नव्या अनुभवाचं. मुंबईतल्या रहदारीच्या चौकात मिळणाऱ्या एकान्त सुखाचं.''

ती नुसती हसली. मी तिच्याकडे आश्चर्याने पाहू लागलो.

ती हसत म्हणाली, ''या चौकात दिवसा गर्दी करणारे अनेक लोक या वेळी कुठं असतात ठाऊक आहे तुला?''

''आपल्या घरी- झोपेत.''

''अंऽहं! एका दुकानात!''

''दुकानात?'' मी आश्चर्याने उद्गारलो.

''तू न पाहिलेल्या एका दुकानात!''

मला तिच्या बोलण्याचा काहीच अर्थ कळेना. मी विचार करू लागलो, हे दुकान कसले असावे बरे? दारूबंदीचे काही नियम अजून मुंबईत अमलात आहेत, असे मी ऐकत आलो होतो. माझ्या मनात आले, हे नवे दुकान चोरून दारूविक्री करणारे तर नसेल ना? छे! या चौकातून दिवसभर लगबगीने मोटारींतून जाणारे आणि प्रसंगी लोकांकडून गळ्यांत हार घालून घेणारे निरनिराळ्या धंद्यांतले सभ्य गृहस्थ दारूबाज असतील? अशक्य आहे हे!

''तुला पाहायचंय का ते दुकान?'' त्या तरुणीने मला प्रश्न केला. एका अनोळख्या स्त्रीबरोबर मध्यरात्री मुंबईसारख्या

बकाली शहरात ती नेईल तिथे जायचे? क्षणभर माझ्या अंगावर काटा उभा राहिला. पण कुतूहल आणि साहस यांचे मानवी मनाला नेहमीच मोठे विलक्षण आकर्षण वाटते. माझ्या भीतीवर त्यांनीच जय मिळविला.

मी त्या स्त्रीला म्हणालो, "तयार आहे मी." ती उद्गारली, "हं! चल, डोळे झाक."

***

"डोळे उघड" हे तिचे शब्द ऐकताच मी भानावर आलो. मुंबईच्या कुठल्या भागात मी आलो आहे, हे काही केल्या माझ्या लक्षात येईना. पिंजऱ्यात गुरगुरत जाणाऱ्या वाघासारखा कुठूनतरी दुरून समुद्राच्या आवाज ऐकू येत होता पण-

मी चोहीकडे निरखून पाहिले. जिकडेतिकडे अंधार दाटला होता. लहानमोठ्या इमारतीची पुसट आकृतीसुद्धा कुठे दृष्टिपथात येत नव्हती. मी गोंधळून गेलो. इतक्यात माझी मार्गदर्शिका मला म्हणाली, "या दुकानाच्या शाखा मुंबईत ठिकठिकाणी पसरल्या आहेत. तुला ही संस्था नीट पाहायला मिळावी, म्हणून जिथं फक्त बडी माणसंच येतात, अशा जागी मी तुला आणलं आहे!"

खाली वाकून तिने हातात कसलीशी कळ दाबली. लगेच जमीन दुभंगल्यासारखी दिसू लागली. आतले प्रकाशकिरण जणू काही आमच्या स्वागताकरिता बाहेर धावत आले.

तिच्याबरोबर आत उतरून मी एकामागून एक दालने मागे टाकू लागलो, तेव्हा मला माझ्या मैत्रिणीच्या अरसिकपणाची कीव वाटू लागली. एखाद्या विशाल आणि सुंदर देवालयालाही लाजविणाऱ्या या मंदिराला काय दुकान म्हणायचे? छे! अजिंठ्याची लेणी निर्माण करणारी भारतीय कला अद्यापिही जिवंत आहे हे सिद्ध करणाऱ्या या मंदिराचे फोटो जर आपल्याला घेता आले तर -

मी एका भव्य दिवाणखान्यात येऊन पोचलो होतो. तिथे अत्तराचे दिवे जळत असावेत. त्याशिवाय इतका घमघमाट-

मी माझ्या सोबतिणीला काही विचारणार; इतक्यात तिने दिवाणखान्याच्या मध्यभागी आसनस्थ असलेल्या एका तपस्व्याकडे बोट दाखविले. त्याला वंदन करून त्याच्या तेज:पुंज मूर्तीकडे मी पाहू लागलो. आता तिचा मला अधिकच राग आला. एवढा श्रेष्ठ तपस्वी जिथे ध्यानधारणा करीत बसला आहे, अशा पवित्र जागेला ही वेडी इतका वेळ दुकान म्हणून संबोधीत होती.

तपस्वी चिंतनात मग्न झालेला दिसला. मी इकडेतिकडे पाहू लागलो. त्याच्या दोन्ही बाजूंना अनेक सुवर्णकरंडक उघडेच पडले होते. पाण्यात चमचमणाऱ्या चिमुकल्या माशाप्रमाणे त्या सुवर्णकरंडकात विविध रंगांचे असंख्य खडे एकसारखे चुळबुळ करीत होते. या चमत्काराचे मला मोठे नवल वाटते. मी माझ्या मार्गदर्शिकेकडे वळलो; पण तिने तोंडावर बोट ठेवून मला गप्प बसण्याची सूचना केली. मी भिंतींना लावलेल्या तसबिरी पाहू लागलो. त्या पाहता पाहता माझे मन असे बावरून गेले की बोलून सोय नाही! प्रत्येक तसबिरीत दिवाणखान्यात बसलेले तपस्वी महाराज दिसत होते. पण ते संन्यस्त वेशात नाही, अगदी विलासी पोशाखात! एका तसबिरीत ते अर्धनग्न तरुणींवर रंगाच्या पिचकाऱ्या मारीत होते, दुसऱ्या चित्रात ते संतापाने विवस्त्र माणसांच्या अंगांना कोलीत लावीत होते, तिसऱ्या तसबिरीत हिऱ्यामोत्यांनी स्नान करीत एखाद्या वेड्याप्रमाणे ते विकटहास्य करीत होते! कामक्रोधादी षड्रिपूंच्या अनिर्बंध लीलांची प्रतीके म्हणूनच ही चित्रे काढली असावीत, असा एक विचित्र विचार माझ्या मनात येऊन गेला. पण प्रत्येक चित्रात या विरक्त महाराजांची मूर्ती का असावी? माझे कुतूहल मला गप्प बसू देईना. मी मोठ्याने काहीतरी प्रश्न विचारणार, असे वाटताच माझी मैत्रीण मला खसकन ओढून बाजूला घेऊन गेली. दिवाणखान्याच्या कडेला एका कोपऱ्यात बराच काळोख होता. तिथे तिने मला नेऊन उभे केले. आम्ही कुजबुजू लागलो. मी तिला विचारले, "या महाराजांचं नाव काय?"

ती हसून उत्तरली, "त्यांना हजारो नावं आहेत, त्यातलं

कोणतं सांगू तुला?''

''एवढ्या थोर तपस्व्याच्या निवासस्थानात या रंगेल तसबिरी-''

ती अर्थपूर्ण रितीने हसली. पण मला मात्र त्या हास्याचा अर्थ कळेना.

''महाराजांच्या दोन्ही बाजूंना सोन्याच्या करंड्यांत त्या हिरकण्या वळवळताहेत ना! काय चमत्कार आहे हा?''

''तो चमत्कार पाहण्यासाठीच मी तुला घेऊन आले!''

''म्हणजे?''

''त्या हिरकण्या नाहीत!''

''मग?''

''आत्मे आहेत ते!''

''आत्मे? कुणाचे?''

तिने माझ्या तोंडावर बोट ठेवले. मी जिभेवर आलेले शब्द परत गिळले.

***

दिवाणखान्याच्या दारातून एक व्यक्ती आत येत होती. तिचा हिमालयासारखा पांढराशुभ्र पोशाख, गंगाजलासारखी पांढरीशुभ्र टोपी- या पवित्र विभूतीचा फोटो वर्तमानपत्रांत केव्हातरी आपण पाहिला आहे, असे मला वाटू लागले.

ती व्यक्ती पुढे आली. तिने साष्टांग नमस्कार घालून 'महाराज' अशी हाक मारताच त्या तपस्व्याने डोळे उघडले. ''वत्सा, कुशल आहे ना?'' साधूने प्रश्न केला.

ती व्यक्ती उत्तरली, ''आपल्या कृपेनं सर्व ठीक आहे महाराज! पण -''

''लक्षाधीशाचा कोट्यधीश झालास तरी अजून तृप्ती होत नाही तुझी?''

''मी पैशाविषयी बोलत नाही, महाराज. माझा आत्मा मला परत हवाय! कुठं आहे तो?''

उजव्या बाजूच्या सुवर्णकरंडकातील एक हिरकणी उचलून

घेत तो तपस्वी म्हणाला, ''हा घे तुझा आत्मा. मात्र एक गोष्ट लक्षात ठेव. या आत्म्याच्या मोबदल्यात तुझी मूळची संपत्ती मी तुला दिली आहे. बहिणीचा मोठा विमा उतरून नंतर तिला हळूहळू विष घालणाऱ्या तुझ्या हातांना लक्ष्मी कशी चिकटली हे -'' तपस्व्याच्या हातातून आपला आत्मा घेण्याकरता त्या माणसाने आपला हात अधीरपणाने पुढे केला होता, पण आता त्या आत्म्याला स्पर्श करण्याचा धीर त्याला होईना. त्याची ही स्थिती पाहून तपस्वी हसला आणि म्हणाला, ''वेड्या, गेल्या चार वर्षांत कापडाचा काळाबाजार करून एकीकडे तू लाखो रुपये कमावलेस आणि दुसरीकडे देशकार्याला हजारो रुपये मदत करून तू देशभक्तीही पदरात पाडून घेतलीस! तुझा आत्मा तुझ्यापाशी असता, तर हे दुहेरी आयुष्य तुला दु:सह झालं असतं! तुझा आत्मा माझ्यापाशी आहे तेच ठीक आहे. अष्टौप्रहर आत्मा जवळ बाळगणं सध्याच्या काळात तुमच्यासारख्यांना सुखकारक नाही. तुझा आत्मा तुझ्यापाशी असता, तर लाज राखायला वीतभर वस्त्र नाही म्हणून जीव देणाऱ्या बायकांच्या बातम्या वाचून तू स्वस्थ बसू शकला नसतास! तुझ्या आत्म्याने तुझे कापडाचे गुप्त साठे उघडे करून दाखवले असते, तुझे खोटे हिशेब त्यानं चवाठ्यावर आणले असते- छे! छे! बेटा जा, सुखानं झोप जा. धर्मबुद्ध आणि दौलत या सवतीसवती आहेत. त्या सहसा एके ठिकाणी नांदत नाहीत, हे लक्षात ठेवून वागत जा. म्हणजे आत्म्याची आठवण होण्याचा झटका, जो तुला मधूनमधून येतो, तो येणार नाही.''

ती व्यक्ती दारातून जात असतानाच दुसरा गृहस्थ आत आला. जाणाऱ्या व्यक्तीकडे रागाने पाहातच ही स्वारी आत प्रवेश करती झाली. मात्र तपस्व्याला वंदन करताना त्याच्या मुद्रेवरला सारा क्रोध कुठल्या कुठे नाहीसा झाला होता. साधूने प्रश्न केला, ''काय बेटा? सारी हालहवाल ठीक आहे?''

''प्रभुकृपेनं -''

''चूप -''

"चुकलो महाराज. मनुष्याच्या शरीरात जिभेइतकं सनातनी इंद्रिय दुसरं कुठलंच नाही! खाणं असो, नाहीतर बोलणं असो तिच्या जुन्या सवयी काही केल्या जात नाहीत. आपल्या कृपेनं घरात आनंदीआनंद आहे, महाराज. आजच गावाहून आलो. तिथं धर्मकृत्य करायच्या वेळेला आत्म्याची आठवण झाली. तो मुंबईतच राहिला म्हणून थोडं वाईटही वाटलं; तेव्हा म्हटलं, एकदा आपल्याकडे जावं नि तो -"

डाव्या बाजूच्या सुवर्णकरंडकातून एक हिरकणी उचलीत तो साधू म्हणाला, "हा परत हवाय तुला?"

"होय महाराज," आपला हात पुढे करीत तो गृहस्थ उद्गारला.

"पण याला बरोबर घेऊन तू फिरू लागलास तर तुझी कामं कशी पार पडतील?"

"म्हणजे -"

"अरे वेड्या, अस्तनीत विंचू ठेवून कुणी मनुष्य गाण्याबजावण्यात रंगून जाईल का? या अर्थयुगात आत्म्यासारखा मनुष्याचा दुसरा शत्रू नाही. तो पदोपदी त्याला दंश करतो आणि 'ही नीती नव्हे, हा धर्म नव्हे, हे पाप आहे' असली भीती घालून पराक्रमापासून त्याला परावृत्त करू पाहतो तेव्हा-"

"पण महाराज, माझी धर्मावर श्रद्धा आहे, माझा नीतीवर विश्वास आहे. हिंदू हिंदू ते बंधू बंधू असं मी शेकडो व्याख्यानांत प्रतिपादन केलं आहे-"

विकट हास्य करीत तपस्वी म्हणाला, "तू आपल्या गावी गेला होतास तो शेतीचा सारा वसूल करण्यासाठी - होय ना? तुझे सारे वाटेकरी तुझे धर्मबांधवच आहेत. होय ना? मग यंदा आठ आणेसुद्धा पीक झालं नसताना तू तुझ्या या भावांकडून पुरेपूर खंड का घेतलास? तुझं शेत करणाऱ्या अपंग हरिजनाच्या झोपडीवर जप्ती का आणलीस? मुंबईला परत येताना तू गावातल्या देवाला नैवेद्य केलास तो या अडाणी लोकांच्या डोळ्यांत धूळ टाकण्याकरता! पण एक गोष्ट विसरू नकोस. तुझा आत्मा तुझी ही धार्मिक धुळवड चालू देणार नाही. तू

व्याख्यानांत समाजसंघटनेच्या गप्पा मारू लागलास, की हा सारा तुझा बौद्धिक व्यभिचार आहे असा तो आक्रोश करू लागेल. आत्मा हे मोठं विचित्र पिशाच्च आहे बाबा! ते केव्हा, कुठं प्रकट होईल आणि कुठं काय बोलेल, याचा नेम नाही. तुझा आत्मा इथं माझ्यापाशी आहे तेच ठीक आहे. जमीनदारी आणि सावकारी यांच्यावर तू मिळवलेला पैसा इंपीरियल बँकेत जितका सुरक्षित आहे, तितका तुझा आत्मा माझ्यापाशी सुखरूप आहे. त्याची बिलकूल काळजी करू नकोस तू! धर्मबुद्धी आणि भोगलालसा या बहिणीबहिणी होऊ शकत नाहीत हे तुझ्यासारख्या सुज्ञ मनुष्याला काय सांगायला हवं? जा, सुखानं घरी झोप जा. उद्या कोर्टात तुझी कामं असतील, वकिलांकडे जायचं असेल तुला! काही खोटे साक्षीदारही तयार करायचे असतील. तेव्हा -''

तपस्व्याला अभिवादन करून तो गृहस्थ जाण्याकरता वळला, तोच दारातून एक केस पिंजारलेला बोडका मनुष्य ताडकन आत आला. त्या दोघांनी एकमेकांकडे पाहिले मात्र! ते बोके असते तर आपल्या शेपट्या पिंजारून कर्कश स्वरात परस्परांवर गुरगुरायला त्यांनी सुरुवात केली असती, असे काहीतरी माझ्या मनात येऊन गेले.

तो बोडका गृहस्थ पुढे येताच तपस्वी म्हणाला, ''ये बेटा -''

साधूला पुढे बोलू न देता तो मनुष्य जणू काही आपण एखाद्या सभेत भाषण करीत आहोत, अशा आविर्भावाने म्हणाला, ''महाराज, किती वेळा सांगायचं हे आपल्याला? बेटा, हे फार जुनाट संबोधन झालं. आता नवं जग निर्माण होत आहे. या नव्या जगात कुणी कुणाचा शिष्य नाही, कुणी कुणाचा गुरू नाही. सारे एकमेकांचे भाई आहेत!''

''भाई, तुझं कुशल आहे ना!'' तपस्व्याने हसत प्रश्न केला

''तेवढं मात्र विचारू नका महाराज! डोक्यात कसे हातोड्याचे घण बसताहेत. कुणीतरी कोयत्यानं माझा गळा कापीत आहे,

असा मला भास होतोय एकसारखा! आत्म्याला फार दिवस तुमच्यापाशी ठेवल्यामुळे हा मानसिक त्रास होत असेल, असं वाटून मी तो परत न्यायला आलोय! कुठं आहे माझा आत्मा महाराज?''

माणकाच्या खड्यासारखा दिसणारा एक छोटा लाल तुकडा सुवर्णकरंडकातून उचलून तो तपस्वी म्हणाला, ''हा घे तुझा आत्मा. याच्यावर तुझा पूर्वी विश्वास नव्हता. म्हणून तर तो मी तुझ्याकडून सांभाळायला घेतला. तुला तो हवा असला तर खुशाल घेऊन जा. माझी ना नाही. पण -''

''पण काय महाराज?''

''आत्मा मनुष्याला कधीही सुखात झोपू देत नाही हे विसरू नकोस. कुणी खोटं बोलू लागला की हा बेचैन होतो, कुणी रस्त्याने जाणाऱ्यायेणाऱ्या गोऱ्यागोमट्या बाईकडे सहज पाहू लागला, तरी हा चुळबुळ करू लागतो, कुणी दुसऱ्याच्या जिवावर चैन करू लागला की याचा अभद्र आक्रोश सुरू होतो!''

''मला नाही त्याच्या आक्रोशाचं भय वाटत!'' असे अभिमानाने म्हणत आपला आत्मा उचलून घेण्याकरता तो सद्गृहस्थ वाकला; इतक्यात तो तपस्वी उद्गारला, ''भाई, उगीच विस्तवाशी खेळू नकोस. गेली तीन वर्ष चालू असलेलं महायुद्ध हे या देशातल्या बहुजन समाजाचं युद्ध आहे, असं तू घसा फोडून सांगत आलास. तुलासुद्धा हे मनातून पटत नव्हतं! बंगालमधल्या दुष्काळात तडफडत मेलेल्या प्रत्येक मनुष्याचं भूत तुझ्या स्वप्नात येत होतं नि ते तुझ्या कानात किंचाळून सांगत होतं, 'हे हिंदुस्थानचं लोकयुद्ध नाही, रशियाचं लोकयुद्ध आहे! हे आमचं लोकयुद्ध असतं तर आम्ही असे अन्नाच्या अभावी क्षुद्र किड्याप्रमाणं वळवळत, तडफडत मेलो नसतो. रणांगणावर वीराला शोभेल अशा मृत्यूचं आम्ही हसत स्वागत केलं असतं. पण -''

आपला आत्मा उचलण्याकरता त्या गृहस्थाने पुढे केलेला हात हळूहळू मागे घेतला. सचिंत मुद्रेने त्याने प्रश्न केला, ''पण माझ्या आत्म्याला या आंतरराष्ट्रीय राजकारणाशी काय करायचंय?''

तपस्वी स्मित करीत उद्गारला, "याच्या बाबतीत हीच मोठी भानगड आहे. महाविचित्र प्राणी आहे बाबा! जीवनमंदिरात भिंती उभारून त्याचे अलग अलग तुकडे करणं त्याला बिलकूल आवडत नाही. राजकारण असो नाहीतर खाजगी जीवन असो, प्रत्येक ठिकाणी डोकावून पाहायची खोडच आहे त्याला. हा आत्मा फक्त सत्यनिष्ठा जाणतो, पक्षनिष्ठा हा शब्दच त्याच्या कोशात नाही. तो शरीराच्या जीवनमरणाची तमा धरीत नाही किंवा लोक काय म्हणतील याची पर्वा करीत नाही. तो पुढ्यातले प्रश्न पोपटपंचीने कधीच सोडवीत नाही. अनुभव हाच त्याचा गुरू! जगातले सारे सुरवंट एकत्रित करून ब्रह्मदेवानं त्याला निर्माण केला आहे की काय कुणाला ठाऊक? पण हा कधी कुणाला स्वस्थ बसू देत नाही. लोकांच्या टीकेला तुला सहज उत्तरं देता येतील, त्यांच्यातल्या प्रामाणिक टीकाकारांनासुद्धा भांडवलवाल्यांचे बगलबच्चे ठरवून तू सुखानं झोपू शकतील पण हा आत्मा एकदा बरोबर नेलास की मग मात्र- स्वत:च्या आत्म्याइतका मनुष्याला कठोर टीकाकार या जगात दुसरा कुणीच नाही बाबा!"

***

दहाबारा लोक दारातून आत धडपडत येत असलेले दिसले. त्यांची चाहूल लागताच तो मनुष्य मोठ्या चपळाईने त्यांची नजर चुकवून बाहेर निघून गेला. आत आलेल्या माणसांपैकी कुणाच्या तरी दृष्टीला आपण चुकून पडू, अशी भीती वाटूनच की काय माझी मैत्रीण मला दिवाणखान्याच्या मागच्या बाजूला घेऊन गेली. तिथे काळाकुट्ट काळोख पसरला होता. त्या काळोखात सर्पांचे फूत्कार कानांवर पडताच मी घाबरून माझ्या मार्गदर्शिकेचा हात घट्ट धरला. ती हसून म्हणाली, "फार भितरा आहेस तू! अरे, या साऱ्या सापांबरोबर हे साधुमहाराज नेहमी खेळत असतात. इथं आलेल्या कुणालाही दंश करायचा नाही अशी या सर्पांना त्यांनी शिकवण दिली आहे!"

आता कुठे माझ्या जिवात जीव आला. मी माझ्या सोबतिणीला म्हटले, "काय विचित्र जागा आहे ही! ज्यांना आपण समाजात

सभ्य आणि सज्जन मानतो, आपल्या जीवनाला उदात्ततेचा उजाळा देणारे म्हणून ज्यांच्या पायांवर आम्ही मस्तके ठेवतो, त्यांनीसुद्धा आपले आत्मे गहाण ठेवलेले असावेत-''

''मनुष्याच्या जन्मापासून त्याला मिळालेला शाप आहे हा बाबा! सैतानापाशी आत्मा गहाण ठेवून त्याच्या मोबदल्यात क्षणभंगुर सुखं विकत घेण्याची चटक जर मानवजातीला लागली नसती तर - या यंत्रयुगानं जीवन गुंतागुंतीचं करून ती चटक अधिक वाढविली आहे हे खरं! पण तू पाहिलेलं दृश्य हे काही आजकालचं नाही. फार प्राचीन आहे ते! आत्मा विकून शरीरसुखं संपादन करण्याची ही अमानुष प्रथा फार पुरातन आहे. रामराज्यातसुद्धा असली दूषणं होतीच! आत्मविक्रय करणाऱ्या या दांभिक बुद्धिवंतांना मधूनमधून आत्म्याची आठवण होते, म्हणून मनुष्याच्या भवितव्याबद्दल अजून आशा वाटते. पण आपल्या असंख्य चेल्यांना साधूंची रूपं देऊन सैतानानं जगभर मांडलेला हा बाजार बंद पडायचा असला, तर मनुष्याचं सामाजिक मन सहजासहजी विकास पावेल अशीच समाजरचना निर्माण व्हायला हवी! सध्याच्या समाजरचनेत तो नकळत ढोंगी होतो, दुहेरी जीवनाला तो लालचावतो, आत्मवंचनेसाठी आत्मा आहे असं त्याला वाटू लागतं -''

अनेक माणसांनी एकदम बोलायला सुरुवात करावी, तसा गलका त्या काळोखात मला ऐकू येऊ लागला.

''काय आहे हे?'' मी माझ्या मैत्रिणीला प्रश्न केला.

ती उत्तरली, ''सोन्याच्या करंड्यात त्या हिरकण्या उगीच तडफडत नव्हत्या. यावेळी त्यांतल्या प्रत्येक आत्म्याला वाचा फुटते! त्या आत्म्यांचे बोल दिवाणखान्यात ऐकू येऊ नयेत अशीच सैतानानं या मंदिराची रचना केली आहे पण ते इथं मात्र स्पष्ट ऐकू येतात.'' मी कान देऊन ऐकू लागलो -

'तुमच्या त्या भिकार चित्रपटाला तीस लाख रुपये मिळाले. आतातरी पूर्वी उच्चारलेल्या ध्येयाची आठवण करा. पैशासाठी तुम्ही पुढचा चित्रपट काढणार असाल, तर मी तुमच्याबरोबर क्षणभरसुद्धा राहायला तयार नाही!'

‘पैशासाठी आणि प्रतिष्ठेसाठी लिहिणारांनी कशाला वाङ्मयाची तात्त्विक चर्चा करावी? कला तपश्चर्येशिवाय वळत नाही, जीवन त्याशिवाय कळत नाही. तुम्ही दोघे लुच्चे आहात. तुमचे आत्मे इथं भांडत राहतील. पण तुमच्याबरोबर! अंऽहं! चला चालते व्हा इथून!’

‘तू प्रेमविवाह केलास तेव्हा मी तुझा कैवार घेतला होता. तुझं प्रेम त्या वेळी मला प्रामाणिक वाटलं होतं. पण आता तुझा पती जिवंत असताना दुसऱ्याच श्रीमंत पुरुषाबरोबर रात्रीअपरात्री भटकायला तुला शरम वाटत नाही? त्या पुरुषाच्या आयुष्यातली बौद्धिक सुखाची उणीव मी भरून काढते म्हणून आपल्या या वर्तनाचं मंडन करताना तुला लाज वाटायला हवी. बाई, ही बुद्धीची भूक नाही; चैनीची वखवख आहे! बघ, स्वत:च्याच मनात खोल खोल जाऊन बघ. केवळ मजेसाठी - केवळ शरीरसुखासाठी - नाही, तुझ्याबरोबर परत यायला मी तयार नाही! मी इथंच जन्मभर तडफडत राहीन पण तुझ्याबरोबर - छे! आत्मा उजाड माळरानावर राहील, तुरुंगात दिवस काढील, प्रसंगी स्मशानात भटकत फिरेल पण तो बाजारात येऊन स्वत:चा लिलाव मांडणार नाही.’

आता दिवाणखान्यात खूपच गर्दी झालेली असावी! वाक्यामागून वाक्ये ऐकू येऊ लागली. ‘मी तुमच्याबरोबर येऊ म्हणता? मग तुम्ही खूप पैसे घेऊन जी धडधडीत खोटी वकीलपत्रं घेतली आहेत त्यांचं काय होणार?’ ‘नका, आग्रह करू नका मला. मी तुमच्याबरोबर आलो तर तुमच्याकडे येणाऱ्या रोग्यांची संख्या वाढेल. पण तुमची प्रॅक्टिस कमी होईल ना?’ ‘छे छे! मला कशाला नेता उगाच! मी आलो तर तुमचा उद्याचा अंकच निघायचा नाही. त्यातलं हे सारं भविष्य खोटं आहे, हे तुम्हाला ठाऊक आहे? त्यात तुम्ही ज्या रद्दड चित्रपटाची भरमसाट स्तुती केली आहे, तिची किंमत पाचशे रुपये आहे हे दुसऱ्या कुणाला नसलं तरी तुमच्या खिशाला ठाऊक आहे. अशा स्थितीत.’

वाक्यामध्ये वाक्ये मिसळू लागली. अनेक आत्मे आवेशाने

एकदम बोलू लागले होते. त्या गोंधळात कुणाचा आत्मा काय बोलत आहे हे मला नीटसे कळेना. पण राहून राहून एका गोष्टीचे मला आश्चर्य वाटू लागले. मजूर, शेतकरी, हमाल, कारकून, शिक्षक वगैरेंच्या आत्म्याचे उद्गार अजून माझ्या कानांवर मुळीच पडले नव्हते. माझ्या मनात आले, 'त्यांना आत्मेच नसतात की आत्मे जवळ बाळगून आपली सर्व कामे पार पाडता येतात? ही घाऊक आत्मविक्रयाची पेढी असल्यामुळे ती लुंगीसुंगी मंडळी कदाचित इथे येत नसतील. ते सर्व लोक बहुधा किरकोळ दुकानांचा आश्रय करीत असावेत!'

माझी ही शंका विचारण्याकरिता म्हणून मी माझ्या मैत्रिणीकडे वळून पाहिले. पण -

ती कुठेच दिसेना! मी घाबरून गेलो. माझ्या अंगाला दरदरून घाम सुटला. मी डोळे फाडून त्या काळोखात तिला शोधू लागलो.

***

माझ्या डोळ्यांवर प्रथम माझा विश्वासच बसेना. मी माझ्याच खोलीत अंथरुणावर पडलो होतो. शेजारीच खाली ओढून घेतलेला विद्युद्दीप लकाकत होता. पलीकडच्या चित्रपटगृहांतून प्रेक्षकांचा लोंढा बाहेर येत असावा! त्याचा विलक्षण खळखळाट -

अंथरुणावर माझ्या उजव्या हातापाशी दोन पुस्तके पडली होती. त्याच दिवशी दुपारी एका जुन्या पुस्तकांच्या दुकानात ती मला मिळाली होती. एक होते अरेबियन नाइट्स - माझे लहानपणीचे अत्यंत आवडते पुस्तक! आणि दुसरे होते गटेचे फाउस्ट. कॉलेजात असताना वाचले होते ते मी! सैतानाला आत्मा विकणारा त्या नाटकातला नायक त्या वेळी मला नीटसा कळला नव्हता. आज दुकानात हे नाटक पाहताच ते पुन्हा नीट वाचावे अशी तीव्र इच्छा उत्पन्न झाली. आणि ते वाचता वाचता झोपण्यापूर्वी समुद्रावर फेरफटका करून येण्याचा नित्यनेमसुद्धा विसरून गेलो मी!

◆

दृष्टिलाभ

कवी तुळशीदास चिंतनमग्न मन:स्थितीत गंगातीरावर फिरत होता. फिरता-फिरता तो नदीकाठावरल्या स्मशानापाशी आला.

तिथे आपल्या मृत पतीच्या चरणापाशी बसलेली एक तरुण स्त्री त्याच्या दृष्टीला पडली. तिच्या अंगावरले ते सुंदर वस्त्रालंकार- जणूकाही विवाहाकरता शृंगारलेली नववधूच होती ती!

तुळशीदासाला पाहताच ती स्त्री आपल्या जागेवरून उठली आणि त्याला अभिवादन करीत म्हणाली, "महाराज, मला आशीर्वाद द्या. प्रिय पतीच्या पावलावर पाऊल टाकून मी स्वर्गात जाऊ इच्छिते."

तुळशीदासाने प्रश्न केला, "मुली, स्वर्गात जायची इतकी घाई कसली झाली आहे तुला? ज्यानं स्वर्ग निर्माण केला, त्या प्रभूनंच आपली ही पृथ्वी निर्माण केली आहे, नाही का?"

ती तरुणी म्हणाली, "महाराज, मला स्वर्ग नकोय! माझे पती हवेत."

स्मित करीत तुळशीदास म्हणाला, "हे खरं ना? मग तू घरी परत चल. एका महिन्यात तुझा पती तुला परत मिळेल!"

मोठ्या आशेने आणि आनंदाने ती तरुणी स्मशानातून घराकडे परतली. तुळशीदास दररोज तिच्याकडे जाऊन तिच्याशी बोलत बसे. हळूहळू तिचे मन अपरिचित, अशा उदात्त विचारांच्या वातावरणात रंगून जाऊ लागले. ते भक्तीने भरून गेले.

महिना पुरा संपलासुद्धा नव्हता; इतक्यात तिचे शेजारी

तिला विचारू लागले, ''काय बाई, आला का तुझा नवरा परत?''

त्या विधवेने हसत उत्तर दिले, ''हो!''

त्यांनी मोठ्या उत्सुकतेने प्रश्न केला, ''कुठं आहे तो?''

तिने उत्तर दिले, ''इथं, माझ्या हृदयात. माझ्याशी अगदी एकरूप होऊन गेले आहेत ते!''

- मूळ कथा : रवींद्रनाथ टागोर

◆

बिचारा घोडा

ब्रह्मदेवाचे सृष्टिनिर्मितीचे काम जवळजवळ संपत आले होते. इतक्यात त्याला एक अगदी अपूर्व अशी कल्पना सुचली.

विश्वकर्म्याला बोलावून आणून तो म्हणाला, "चल, धाव, पळ! माझ्या कारखान्यातल्या पंचमहाभूतांपैकी प्रत्येकाचा थोडाथोडा भाग घेऊन ये. आणखी एक सुंदर प्राणी निर्माण करण्याची स्फूर्ती मला झाली आहे."

विश्वकर्मा उद्गारला, "देवाधिदेव, निर्मितीच्या पहिल्या घरात आपल्या प्रतिभेनं हत्ती, वाघ, चित्ते, देवमासे असले महाविलक्षण प्राणी घडविले. ते निर्माण करताना आपल्यापाशी कोणत्या प्रकारचा किती कच्चा माल शिल्लक आहे याची काळजीच केली नाही आपण! हे प्राणी घडविताना काही काही पदार्थांची इतकी उधळपट्टी झाली की महाराज, आपल्या संग्रहातली पृथ्वी, आप व तेज ही तीन महाभूते अगदी संपुष्टात आली आहेत. उलट, वायू आणि आकाश ही आपल्याला हवीत त्यापेक्षा अधिक प्रमाणात शिल्लक राहिली आहेत."

ब्रह्मदेवाचे चारी चेहरे चिंतातुर दिसू लागले. त्याने आपल्या चारी ओठावरल्या मिशांवर हात फिरवून विचार करायला सुरुवात केली. बऱ्याच वेळाने तो म्हणाला, "दुर्मीळतेच्या पोटीच कल्पकतेचा जन्म होतो. तुझ्यापाशी जे काही साहित्य शिल्लक असेल, ते तत्काळ माझ्याकडे पाठवून दे."

या वेळी मात्र पृथ्वी, आप आणि तेज ही ब्रह्मदेवाने कल्पनातीत काटकसरीने वापरली. या नवीन प्राण्याला त्याने

शिंगे आणि नखे दिलीच नाहीत. इतकेच नव्हे, तर त्याचे दातसुद्धा चावा घेण्यापेक्षा फक्त गवत चावायला उपयोगी पडतील, असेच त्याने बनविले. हा प्राणी निर्माण करताना तेजाचा मोठ्या कौशल्याने आणि काटकसरीने ब्रह्मदेवाने उपयोग केला. त्यामुळे हा नवा प्राणी स्वभावाने जरी लढाऊ झाला नाही, तरी लढाईत त्याची आठवण कुणालाही व्हावी इतकी वीरश्री त्याच्या अंगी उतरली होती!

या प्राण्याचे नाव - घोडा!

त्याच्या निर्मितीत वायू आणि आकाश यांची करण्यात आलेली उधळपट्टी खरोखरच आश्चर्यकारक होती. साहजिकच हा प्राणी अष्टौप्रहर वाऱ्याला मागे टाकण्याचा प्रयत्न करू लागला.

इतर प्राणी कारणावाचून कधी धावत नसत; पण घोडा मात्र उगीच वायुवेगाने दौडत सुटे. जणू काही त्याच्या अचपळ मनाला शरीराचे बंधनसुद्धा दु:सह होत असे. एखाद्याचा पाठलाग करावा किंवा कुणाची शिकार करावी असे त्याच्या मनात कधीच आले नाही; पण चौखूर उडून पृथ्वीला पालाण घालावे, सुईच्या अग्राइतके बारीक होऊन उंच उंच जावे आणि अंतराळातल्या अंधुक छायेत मिसळून जाताजाता अनंत आकाशात अदृश्य व्हावे हीच काय ती त्याची महत्त्वाकांक्षा होती.

आपला हा नवा प्राणी पाहून ब्रह्मदेवाला अगदी ब्रह्मानंद झाला. कुणासाठी अरण्य, कुणासाठी गुहा अशी इतर प्राण्यांची निवासस्थाने त्याने आधीच निश्चित करून टाकली होती; पण घोड्याच्या अकुंठित गतीचे कौतुक वाटून त्याने त्याला चारी बाजूंनी मोकळे असलेले एक कुरण राहायला दिले.

या कुरणाजवळच मनुष्य राहत असे. मनुष्याला लुटालूट करण्यात आणि त्या लुटीच्या उंच उंच राशी रचून ठेवण्यात काही विशेष प्रकारचा आनंद होत असतो. असल्या राशींच्या ओझ्यांनी वाकल्याशिवाय जणूकाही त्याच्या अंतरात्म्याला सुखच होत नाही! या स्वभावधर्मामुळे वाऱ्याशी पाठशिवणीचा खेळ खेळणारा आणि आकाशावर लत्ताप्रहर करणारा हा नवा प्राणी जेव्हा त्याच्या दृष्टीला पडला, तेव्हा तो स्वतःशीच उद्गारला, 'या

प्राण्याला मी पकडू शकलो तर माझी मोठमोठी ओझी वाहून न्यायला त्याच्या ऐसपैस पाठीचा चांगलाच उपयोग होईल.'

एके दिवशी त्याने युक्तीने घोड्याला पकडले आणि त्याच्या पाठीवर खोगीर व तोंडात काटेरी लगाम चढविला. आपल्या त्या प्रिय प्राण्याची प्रकृती ठाकठीक राहावी म्हणून लगेच त्याचा खराराही सुरू केला त्याने! मात्र स्वच्छंदाने भ्रमण करणे किती चुकीचे आहे हे घोड्याला कळावे म्हणून आर आणि चाबूक यांचीही घोड्याच्या साजशृंगारात योजना करायला तो विसरला नाही.

उघड्यावर घोडा मोकळा राहिला तर तो कदाचित पळून जाईल म्हणून मनुष्याने त्याच्या राहण्याच्या जागेभोवती उंच भिंती उभारल्या!

अरण्यातला वाघ अरण्यातच स्वच्छंदाने राहत होता, गुहेतला सिंह गुहेतच आपले स्वातंत्र्य उपभोगीत होता. पण एकेकाळी मोकळ्या कुरणाचा राजा असलेल्या घोड्याला मात्र आता तबेला म्हटला जाणाऱ्या एका खुराड्यात दिवस कंठावे लागत होते. त्याच्या प्रकृतीतल्या वायू आणि आकाश या महाभूतांनी स्वातंत्र्याची उत्कट इच्छा त्याच्या अंत:करणात निर्माण केली असली, तरी मनुष्याच्या शृंखलांपासून ती त्याचे रक्षण करू शकली नव्हती! त्याला निर्माण करताना ब्रह्मदेवाच्या कारखान्यात जी तेजाची उणीव जाणवली होती, तिनेच त्याला आता पारतंत्र्याच्या नरकात लोटून दिले होते!

पण या गुलामगिरीच्या आयुष्यक्रमात घोड्याला काही केल्या सुख होईना. आपल्या मनाचा कोंडमारा व्यक्त करण्यासाठी तो तबेल्याच्या भिंतीवर लाथा झाडू लागला.

प्रतिकाराच्या या पद्धतीमुळे भिंतीला इजा होण्याऐवजी घोड्याचे खूरच जखमा होऊन दुखू लागले. मात्र त्याच्या लाथांनी भिंतीचा गिलावा मधूनमधून निखळून पडू लागला - त्याच्या तुरुंगाचे सौंदर्य हळूहळू लोप पावू लागले.

आपण घोड्याला मुद्दाम बांधून दिलेल्या सुंदर महालाची त्याने अशी दुर्दशा केलेली पाहून मनुष्याला विलक्षण संताप

आला. तो तावातावाने उद्गारला, 'किती कृतघ्न प्राणी आहे हा! याला खायलाप्यायला कोण घालतो? मीच ना? रात्रंदिवस याचे रक्षण व्हावे म्हणून मुद्दाम ठेवलेल्या नोकरांचे भारी पगार कोण भरतो? मीच ना? छे! या घोड्याला संतुष्ट करण्याचे काम ब्रह्मदेवालादेखील साधायचे नाही!

असंतुष्ट घोड्याचे समाधान करण्याकरता मनुष्याचे नोकरचाकर अहमहमिकेने पुढे सरसावले. त्यांनी त्याचे मन वळविण्याच्या सर्व युक्त्याप्रयुक्त्या इतक्या जोरदारपणाने अंमलात आणल्या की केवळ लाथा मारण्याच्याच नव्हे, तर त्याच्या अंगातल्या इतरही शक्तीने आपोआप शांतिमार्गाचा स्वीकार केला.

लगेच मनुष्याने आपल्या मित्रांना आणि शेजाऱ्यांना बोलावून आणले आणि तो मोठ्या हर्षाने त्यांना म्हणाला, 'मित्रहो, हा मूर्तिमंत शांतीचा पुतळा पाहा. माझ्या घोड्याइतका स्वामिभक्त प्राणी जगात तुम्ही कुठंतरी पाहिला आहे काय?'

सर्वांनी एकमताने निकाल दिला, 'इतका शांत आणि एकनिष्ठ प्राणी अलम दुनियेत दुसरा मिळणार नाही. डबक्यातल्या पाण्यानंसुद्धा याच्या पायापाशी शांतीचे पाठ शिकावेत.'

ब्रह्मदेवाने घोड्याला शिंगे आणि नखे मुळातच दिली नव्हती. आणि त्याचे दात-खायला आणि दाखवायला ते ठीक होते. पण लढायला? आपला राग व्यक्त करायला? अंऽहं!

बिचाऱ्याला आजपर्यंत भिंतीवर किंवा हवेत लाथा तरी झाडता येत होत्या, पण आता तेवढेही त्राण त्याच्या अंगात उरले नाही! स्वतःची क्रूर कुचंबणा प्रकट करण्याकरता आक्रोश करण्याखेरीज दुसरा कुठलाच मार्ग त्याला मोकळा राहिला नव्हता!

तो जोरजोराने खिंकाळू लागला.

पण त्याच्या खिंकाळण्याने माणसाची झोपमोड होऊ लागली. शिवाय घोडा इतक्या कर्णकटू आवाजात आपल्या मालकाची स्तुतिस्तोत्रे गात असेल, असे काही शेजाऱ्यापाजाऱ्यांना वाटणे शक्य नव्हते! म्हणून मनुष्याने घोड्याचे तोंड बंद करण्याची एक नवीन क्लृप्ती शोधून काढली!

पण आपल्या गुलामाच्या शरीरात थोडाफार जीव ठेवण्याची

चूक मालकाने केली म्हणजे त्याचा आवाज पूर्णपणे बंद करणे त्याला अशक्य होऊन बसते! मनुष्याने बंद केल्यामुळे घोड्याचे खिंकाळणे बंद पडले हे खरे! पण मधूनमधून एखाद्या झटक्याप्रमाणे त्याच्या घशातून जो कण्हण्याचा विलक्षण आर्त आवाज येई तो सर्वांनाच ऐकू जात असे!

एके दिवशी ते कण्हणे ब्रह्मदेवाच्या कानांवर पडले.

विधाता आपल्या ध्यानधारणेतून जागृत झाला. त्याने आकाशातून खाली वाकून कुरणावर दृष्टी फेकली. पण तिथे तर घोड्याचा पत्ताच नव्हता.

ब्रह्मदेव चिडून यमाला म्हणाला, ''हा सारा तुझा उद्योग दिसतोय! कुठं आहे माझा घोडा? तूच-तूच पळविलंस त्याला!''

यमराजाने हसून उत्तर दिले, ''देवाधिदेव, कुणाचं काही हरवलं की ते यमानं पळविलं असं तुम्हाला वाटतं. अशा बाबतीत नेहमी माझा संशय येतो तुम्हाला. पण तुम्ही निर्माण केलेल्या सुंदर सृष्टीतल्या बहुतेक संकटांचा आणि दु:खांचा उगम कुठं आहे, हे जेव्हा तुम्ही आपली दृष्टी मनुष्याकडे वळवाल तेव्हाच तुम्हाला कळेल!''

ब्रह्मदेवाने पृथ्वीकडे आपली दृष्टी वळवली. त्याला चारी बाजूंनी भिंती उभारून बंदिस्त केलेला एक मांगर दिसला. त्यातूनच मधूनमधून घोड्याचे करुण कण्हणे ऐकू येत होते.

ब्रह्मदेवाच्या चारी कपाळावर आठ्या दिसू लागल्या.

तो रागाने मनुष्याला म्हणाला, ''तू माझ्या घोड्याला या क्षणी मुक्त केलं नाहीस, तर त्याला वाघाप्रमाणं दात आणि नखं येतील असं मी करीन.''

मनुष्य हात जोडून म्हणाला, ''देवाधिदेव, आपण तसं करणं म्हणजे सिंहाला उत्तेजन देण्यासारखं आहे. अहिंसा हा देवांचा धर्म आहे. आणि खरं सांगू महाराज? तुम्ही निर्माण केलेल्या या घोड्याच्या अंगी स्वातंत्र्याची पात्रताच नाही. त्याचं कायमचं कल्याण व्हावं म्हणून मुद्दाम त्याच्यासाठी हा तबेला बांधला मी! हा तबेला म्हणजे शिल्पशास्त्रातलं एक आश्चर्य आहे!''

हे ऐकूनसुद्धा ब्रह्मदेव काही आपला हट्ट सोडीना. तेव्हा मनुष्य म्हणाला, ''देवा, मी काही तुमच्या आज्ञेबाहेर नाही. सात दिवसांच्या अनुभवानं माझ्या तबेल्यापेक्षा तुमचं कुरण त्याला अधिक आवडतं असं सिद्ध झालं, तर मी मोठ्या आनंदानं माझा पराभव कबूल करीन.''

एवढे बोलून मनुष्य आपल्या कामाला लागला.

त्याने घोड्याला मोकळे केले. मात्र त्याच्या पुढच्या पायांना एक बारीक पण मजबूत दोरी बांधायला तो विसरला नाही. त्या दोरीमुळे घोडा असा खुरडत आणि लंगडत चालू लागला की ते दृश्य पाहून हसताहसता एखाद्या बेडकाचे पोट फुटले असते!

सत्यलोकांतल्या आपल्या उच्च आसनावरून ब्रह्मदेवाला घोड्याचे ते हास्यजनक चालणे दिसत होते. मात्र त्याला ही लंगडी घालायला लावणारी दोरी काही देवाधिदेवांच्या दृष्टिपथात आली नाही! आपण घडविलेल्या एका प्राण्याने अशा जाहीर रितीने आपल्या निर्मात्याला हास्यास्पद करावे, याचे त्याला मनस्वी दु:ख झाले. तो स्वत:शीच उद्गारला, 'मोठी भयंकर चूक झाली ही माझ्या हातून! मी करायला गेलो एक आणि-'

सहानुभूतीचे प्रदर्शन करीत मनुष्य उद्गारला, ''देवा, तुम्हीच न्याय द्या आता. या दुर्दैवी प्राण्यासाठी आणखी काय करू मी! स्वर्गात एखादं सुंदर कुरण असेल, तर तिथं त्याला पाठविण्याची सर्व व्यवस्था करायलासुद्धा एका पायावर तयार आहे मी!''

ब्रह्मदेव भीतिग्रस्त होऊन म्हणाला, ''छे, छे, छे! तुझ्या तबेल्यातच ठेव बाबा त्याला!''

मस्तक नम्र करून आणि हात जोडून मनुष्य म्हणाला, ''देवा, तुम्ही दयासागर आहात! पण तुमचा हा घोडा - साऱ्या मनुष्यजातीला भारभूत होऊन राहणारा प्राणी आहे हा!''

ब्रह्मदेव पुटपुटला, ''तो मनुष्यजातीचा भार नाही; मानवतेचा भार आहे. सहृदय मनुष्यानं असले भार सहन केलेच पाहिजेत!''

– रवींद्रनाथ टागोर यांच्या एका कथेचा स्वैर अनुवाद

◆

सुदास

शिशिराच्या गारठ्याने सारी पुष्पसृष्टी उद्ध्वस्त करून टाकली होती.

सुदास माळ्याच्या तळ्यात अवघे एक कमळ फुलले होते. ते एकुलते एक कमळ घेऊन तो राजद्वारापाशी जाऊन उभा राहिला. आज राजाकडून या कमळाची आपल्याला केवढी मोठी किंमत मिळेल, असा विचार करण्यात तो गुंग होऊन गेला.

इतक्यात एक प्रवासी त्याच्याजवळ येऊन म्हणाला, ''भगवान बुद्धाच्या पूजेकरता फूल हवंय मला! काय घेणार तू या कमळाचं?''

सुदासने उत्तर दिले, ''एक सुवर्णभाष!''

प्रवासी त्याच्या हातात ते सोन्याचे नाणे ठेवणार, इतक्यात स्वत: राजा राजवाड्याबाहेर आला. तो भगवान बुद्धाच्या दर्शनाकरिताच निघाला होता. त्याच्या मनात आले, 'थंडीच्या कडाक्यात फुललेले हे कमळ बुद्धदेवाच्या चरणी वाहण्यात केवढा आनंद आहे, केवढी भक्ती आहे!'

त्याने सुदासला कमळाची किंमत विचारली. प्रवाशाने त्या फुलाकरता एक सुवर्णभाष देऊ केल्याचे सुदासने सांगितले.

राजा हात पुढे करीत म्हणाला, ''मी दहा सुवर्णभाष देईन.''

प्रवासी ओरडला, ''मी वीस देईन.''

लोभी सुदासाच्या तोंडाला पाणी सुटले. ज्या बुद्धदेवाकरता

कमळाचा हा लिलाव पुकारला जात होता त्याच्याकडूनच आपल्याला अधिक लाभ होईल, अशी कल्पना त्याच्या मनात आली.

दोघांनाही नमस्कार करीत तो उद्गारला, ''हे कमळ मला विकायचं नाही!''

नगराच्या तटापलीकडल्या आंबराईतल्या प्रशांत छायेत बुद्धदेवासमोर सुदास हातात कमळ घेऊन उभा होता. बुद्धदेवाच्या मुखावर प्रीतिदेवता आपले मूकगान गात होती आणि त्याच्या नेत्रांत मूर्तिमंत शांती मोहक नृत्य करीत होती. जणूकाही दंवबिंदूनी न्हाऊ घातलेल्या प्रभातकाळची शुक्राची चांदणीच होती ती!

सुदासने पुढ्यातल्या प्रसन्न मूर्तीकडे पाहिले, हातातले कमळ तिच्या पायांवर वाहिले आणि तिला वंदन करण्याकरता धुळीत आपले मस्तक टेकले.

स्मित करीत बुद्धदेवांनी प्रश्न केला, ''वत्सा, काय हवंय तुला?''

सुदास सद्गदित स्वराने उत्तरला, ''देवा, दुसरं काही नको, तुझा चरणकमलाचा ओझरता स्पर्श!''

- मूळ कथा : रवींद्रनाथ टागोर

◆

मोठ्ठी बातमी

कुसुम म्हणाली, ''आजोबा, जगातल्या साऱ्या मोठ्ठ्या मोठ्ठ्या बातम्या मला सांगायचं तुम्ही कबूल केलंय! होय ना? त्या बातम्या कळल्या नाहीत तर - तर तुमची नात सुशिक्षित व्हायची नाही!''

आजोबा हसत उद्गारले, ''मोठ्या बातम्या काय खंडीभर असतात! पण या खंडीत दाण्यापेक्षा भूसच अधिक असतं बाळ!''

''ते टाकून द्यावं!'' कुसुम मध्येच उद्गारली.

''तसं केलं तर त्या खंडीतला पावशेरसुद्धा जागेवर राहणार नाही! आणि असली उरलीसुरलेली बातमी तुला फार छोटी वाटेल. मात्र खरीखुरी बातमी जर तुला हवी असेल-''

''मला तीच हवीय - अगदी खरीखुरी बातमी!''

''बरं बुवा! सांगतो तर ती! -''

''तुमची परीक्षाच आहे हं आजोबा आता! हल्लीची सर्वांत मोठ्ठी बातमी अगदी छोटी करून तुम्ही मला सांगायला हवी!''

''बराय! ऐक -''

***

'सारं काम कसं शांतपणानं चाललं होतं.'

इतक्यात-

एका मालहोडीत भांडण सुरू झालं. वल्ही आणि शिडं एकदम वर्दळीवर आली.

वल्ही तणतणतच नावाड्याकडे आली आणि म्हणाली,

'बस्स झालं हे! आता यापुढं एक पळभरसुद्धा हा अन्याय आम्ही सहन करणार नाही. पाहा, पाहा होडीवाल्या, तुझं हे बढाईखोर शीड गर्वानं कसं फुगून गेलंय नि आम्हा वल्ह्यांना 'छोटे लोक', 'छोटे लोक' म्हणून एकसारखं कसं हिणवतंय! काय म्हणून हा अपमान आम्ही मुकाट्यानं सोसावा? अष्टौप्रहर होडीच्या खालच्या फळ्यांत स्वत:ला जखडून घेऊन मोठ्या कष्टानं पाणी कापीत कापीत आम्ही पुढं जात असतो नि हे शीड मात्र आपल्या लहरीप्रमाणं वाऱ्यावर नाचत असतं - कुणाचं बोटसुद्धा अंगाला लावून घ्यायला तयार होत नाही ते. म्हणून त्याची गणना 'बड्या लोकां'त होते! नि आमची? छट्! ते काही नाही. वल्ही मोठी की शीड मोठं याचा निकाल आताच्या आता लागला पाहिजे. आम्ही छोटे लोक आहो, आमचा दर्जा खालचा आहे, ते तरी सिद्ध होऊ दे! म्हणजे आम्ही सारे एकदम आपलं काम सोडून देऊ नि ही होडी तू कशी चालवतोस ते पाहत राहू.'

वल्ह्यांच्या या उद्गारांवरून येऊ घातलेल्या संकटाची सूचना होडीवाल्याला मिळाली. त्यांना एका बाजूला नेऊन तो त्यांच्या कानांत कुजबुजू लागला, 'भाईहो, तुम्ही त्या चढेल शिडाच्या बडबडण्याकडे मुळीच लक्ष देऊ नका! वाऱ्याच्या साध्या झुळकेनं फुगून जायची सवय आहे त्याला! त्याची पोकळ बडबड- तिचा काय उपयोग आहे या होडीला? आपला जीव धोक्यात घालून तुमच्यासारख्या सशक्त माणसांनी काम केलं नाही तर माझी होडी वावभरसुद्धा पुढं जाणार नाही. उंचावर ऐटीत डुलत झुलत बसणाऱ्या त्या भित्र्या शिडाकडे पाहूसुद्धा नका तुम्ही! वादळी वारा सुटला रे सुटला की स्वारी कशी कापायला लागते नि डोळे मिटून अंग चोरून होडीच्या छपरावर लपून बसण्याकरता जागा शोधू लागते. या शिडाची सारी बढाई बंद होते त्या वेळी! तोंडाला कुलूपच लागतं म्हणाना त्याच्या! असल्या भेकडावर आपला जिवाभावाचा मित्र म्हणून कोण विश्वास ठेवील? पण तुमची गोष्ट तशी नाही. दु:खांत नि संकटांत तुमच्याशिवाय मला दुसऱ्या कुणाचाच

आधार नाही. या शिडासारख्या निरुपयोगी मिरासदाराचं ओझं तुम्हाला नेहमी बरोबर वागवावं लागतं ही खरोखरच मोठी दुर्दैवाची गोष्ट आहे. भाईहो, तुम्ही 'छोटे लोक' नाही. या होडीवरले खरे 'बडे लोक' तुम्हीच आहा!'

मात्र हे सारे कुजबुजताना होडीवाला मधूनमधून भयभीत मुद्रेने शिडाकडे पाहत होता. त्याच्या मनात राहून राहून येत होते, 'या शिडाला हे बोलणे ऐकू गेले तर—

वल्ह्यांशी चाललेले हितगुज संपताच तो शिडीकडे गेला व त्याच्या कानाला लागून बोलू लागला, 'दोस्त, तुझी बरोबरी या जगात कोण करू शकेल? होडी तू चालवतोस असे म्हणणारे लोक महामूर्ख आहेत! त्या क्षुद्र छोट्या लोकांचं- मजुरांचं काम आहे ते! तू बडा आहेस! तू स्वच्छंदानं वाऱ्यावर नाचत सुटतोस आणि तू नुसती खूण केलीस की सारे लोक तुझ्या मागून धावू लागतात. तुला फार दमल्यासारखं वाटतं, तेव्हा विसावा घेण्याकरता तू होडीच्या छपरावर किती मजेत खाली उतरतोस! त्या अडाणी वल्ह्यांच्या बडबडीकडे तू मुळीच लक्ष देऊ नकोस. मी त्यांना होडीला इतकं घट्ट बांधून ठेवलं आहे की, त्यांनी कितीही धडपड केली, तरी गुलाम म्हणून काम करण्याशिवाय त्यांना गत्यंतरच नाही!'

हे ऐकून शिडाने एक मोठी जांभई दिली आणि अंगाला आळोखेपिळोखे देत ते वाऱ्यावर झोके घेऊ लागले.

'असे असले तरी होडीची लक्षणे मात्र काही चांगली दिसत नाहीत! धडधाकट वल्ही सध्या आडवी राहून मुकाट्यानं काम करीत असली, तरी ती केव्हा ताडकन उभी राहतील आणि त्या शिडाची हड्डी नरम करून त्याच्या मिरासदारीच्या चिंध्या चिंध्या करून टाकतील याचा नेम नाही. मग जगाला कळून चुकेल की, साधं वादळ येवो किंवा प्रलय होवो, प्रवाहाविरुद्ध जायचे असो अथवा सुकतीच्या वेळी प्रवास करायला असो — वल्ह्यांमुळंच होडी प्रगती करीत असते!'

***

कुसुमने प्रश्न केला, ‘‘आजोबा, तुम्ही थट्टा करताय माझी! तुमची मोठ्ठी बातमी किती छोटी आहे हो!’’

आजोबा उद्‌गारले, ‘‘आज ही सारी थट्टा वाटतेय तुला! पण उद्या हीच बातमी जगात सर्वांत महत्त्वाची ठरेल, बाळ!’’

‘‘नि मग काय होईल?’’

‘‘मग तुझ्या आजोबाला त्या वल्ह्यांच्या तालावर नाचावं लागेल!’’

‘‘अन् मी काय करीन?’’

‘‘वल्ही फार कुरकुरू लागली म्हणजे तू त्यांच्यावर तेलाचे थेंब सोडीत राहशील!’’

क्षणभर थांबून आजोबा म्हणाले, ‘‘खरी मोठी बातमी ही बियांप्रमाणं पहिल्यांदा लहानच दिसते. काही काळ लोटला म्हणजे मग त्या ठिकाणी फांद्या आणिक पानं असलेला वृक्ष दिसू लागतो. कळलं का तुला?’’

कुसुम उद्‌गारली, ‘‘हं, कळलं!’’

मात्र तिच्या चेहऱ्यावरून तिला आजोबांच्या बोलण्याचा अर्थबोध झाला होता असे काही दिसत नव्हते. पण तिच्या अंगी एक मोठा गुण होता. आपल्याला काही समजले नाही तरी तसे ती आपल्या आजोबांपाशी कधीच कबूल करीत नसे. इरामावशीइतकी ती शहाणी नाही हे गुपित तुम्हीसुद्धा कुणाला सांगू नका हं!

– रवींद्रनाथ टागोर यांच्या एका रूपककथेचा स्वैर अनुवाद

◆

प्रीती

त्या दोघांची पहिली दृष्टभेट झाली ती एका बागेत.

तिच्या गालांकडे पाहत तो मनात म्हणाला, 'या बागेत इतके सुंदर गुलाब फुलतात हे मी आजच पाहिलं.'

त्याच्या डोळ्यांकडे पाहत ती स्वत:शीच पुटपुटली, 'या बागेतल्या कारंज्यातून क्षणोक्षणी मोहक इंद्रधनुष्य प्रकट होतात हे आजच दिसलं मला.'

दुसऱ्या दिवशी त्या दोघांची त्या बागेतल्या एका लताकुंजात गाठ पडली. तिला पाहताच तो म्हणाला, "क्षमा करा हं! इथं कुणी नसेल अशा कल्पनेनं मी आलो होतो.''

ती म्हणाली, "तुम्हीच क्षमा करा मला. एकान्तात बसण्याकरता म्हणून इथं आले होते मी.''

दोघंही लगबगीनं कुंजातून बाहेर जाऊ लागली. त्या घाईत त्यांचा एकमेकांना स्पर्श झाला. विजेचा धक्का बसावा तशी ती दोघं एकदम थांबली.

तो हसत म्हणाला, "या कुंजात फक्त एकच माणूस आहे - तू!''

ती लाजत उद्गारली, "अं हं! तुम्ही!''

***

तो कुंज हेच आता त्या दोघांचं जग झालं.

कुंजात तो तिचं पुन:पुन्हा चुंबन घेत म्हणे, 'हे अमृत स्वर्गातसुद्धा मिळणार नाही.'

ती त्याच्या स्कंधावर मान ठेवून डोळे मिटून घेत उद्गार काढी, 'हे सुख नंदनवनातसुद्धा लाभणार नाही!'

पण- त्याच्या या कल्पना कल्पनाच ठरल्या! क्षणाक्षणाला कुणी ना कुणी कुंजाच्या दारात येऊन डोकावून पाही- आणि त्यांच्या प्रेमसमाधीचा भंग होई.

प्रीतीचं पावित्र्य जगाला मुळीच कळत नाही, अशी त्यांची खात्री झाली.

या दुष्ट जगातल्या वाऱ्यालासुद्धा जिथं प्रवेश मिळणार नाही, अशा जागी जाऊन प्रेमानंदात मग्न व्हायचं त्या दोघांनी ठरविलं.

लोकवस्तीपासून दूर दूर असलेल्या एका डोंगराच्या गुहेत ती दोघं गेली.

त्या गुहेचं द्वार एक प्रचंड शिळा लावून त्यांनी पार बंद करून टाकलं.

तो तिची चुंबनं घेऊ लागला.

ती त्याच्या स्कंधनावर मान ठेवून लाडिकपणानं त्याला कुरवाळू लागली.

दोघंही हसत म्हणत होती, 'बाहेरच्या दुष्ट जगातल्या वाऱ्यालासुद्धा थारा नाही इथं!'

***

तिच्या ओठापासून त्याचे ओठ अलग झाले होते. त्याला विचित्र ग्लानी आली होती. कावराबावरा होऊन तो इकडेतिकडे पाहत होता.

तीही कोमेजलेल्या फुलाप्रमाणं मलूल दिसत होती. त्याच्या देहाभोवतालची तिची मिठी सैल पडली होती. भेदरलेल्या नजरेनं ती भोवताली बघत होती. दोघांनाही श्वास घेताना अत्यंत कष्ट होत होते.

तो तिच्याकडं क्रूर नजरेनं पाहून ओरडला, ''राक्षसीण कुठली! कशाला आलीस या गुहेत? तू नसतीस तर इथली

सारी हवा मला मिळाली असती. तू- तू गळा दाबतेयंस माझा.''

दातओठ खात ती म्हणाली, ''सैतान कुठला! कशाला आलास तू या गुहेत? तू नसतास तर अशी गुदमरून मरायची पाळी आली नसती माझ्यावर. तू-तू जीव घेतोयंस माझा!''

तो कर्कश स्वरानं किंचाळला, ''या गुहेत तू आणलंस मला!''

ती तितक्याच कर्कशपणानं ओरडली, ''तू- तू फसवून आणलंस इथं मला! आता तू-तू राहा मागं–''

शिला काढण्याकरता ती सारी शक्ती एकवटून सरपटू लागली.

तिच्या आधी आपण बाहेर जावं, म्हणून तो धडपडू लागला.

एकमेकांना अडवीत ती दोघंही तिथं बेशुद्ध होऊन पडली!

***

दुसऱ्या दिवशी सकाळी एका रानटी माणसानं सहज ती शिला काढून त्या गुहेत प्रवेश केला. समोर दोन प्रेतं पडलेली पाहून तो चकित झाला. मृत्यूची अनेक विकराळ रूपं त्यानं पाहिली होती; पण प्रीतीच्या रूपानं मृत्यू जगात प्रवेश करतो, हे तो आजच प्रथम पाहत होता.

◆

उपगुप्त

मथुरेच्या तटाबाहेर धुळीत बुद्धशिष्य उपगुप्त निद्रासुख घेत पडला होता.

नगरीतल्या साऱ्या मंदिरांची द्वारे बंद झाली होती, महाला-महालांतल्या दीपज्योती मालवल्या गेल्या होत्या, सारे तारे वर्षाकालातल्या काजळी आकाशात लोप पावले होते.

उपगुप्त झोपेत दचकला. त्याच्या छातीला कुणाच्या तरी पावलांचा स्पर्श झाला होता - रुमझुम, रुमझुम! असा मंजूळ नुपूररव करणारी ती पावले कुणाची बरे असावीत?

उपगुप्ताने डोळे उघडून क्षमाशील दृष्टीने पाहिले. एका सुंदर तरुणीच्या हातांतल्या दीपज्योतीने त्याच्याकडे आपला तीव्र कटाक्ष फेकला.

अनुपम रत्नांनी नटलेली, फिक्कट निळ्या ओढणीने आच्छादलेली आणि यौवन- मदिरेने धुंद झालेली, अशी नर्तिका होती ती!

तिने वाकून हातातला दिवा थोडा खाली केला. त्या प्रकाशात तरुण संन्याशाचे तेज:पुंज मुखमंडल तिला स्पष्टपणे दिसले.

ती नम्रतेने म्हणाली, ‘‘महाराज, क्षमा करा मला, ही धुळीतली शय्या आपल्यासारख्यांना शोभत नाही. कृपा करा नि माझ्या मंदिरात चला - आपल्या पायधुळीनं ते पावन करा.’’

संन्यासी हसत उत्तरला, ‘‘बाई, तू आपल्या वाटेनं सरळ

जा. मी तुझ्याकडे येईन. पण - आज? अं हं! योग्य वेळी मी आपणहून तुला भेटायला येईन.''

आकाशात एकदम वीज चमकली. जणू काही कालरात्रीने विकट हास्य करून आपले भयानक दातच जगाला दाखविले.

आकाशाच्या कोपऱ्यात मेघ मोठमोठ्याने गुरगुरू लागले.

भीषण वादळाची ही पूर्वचिन्हे पाहून ती नर्तिका भीतीने थरथर कापू लागली. ती लगबगीने आपल्या मंदिराकडे निघून गेली.

रस्त्याच्या कडेला असलेल्या वृक्षांच्या फांद्या मोहराने फुलून गेल्या होत्या.

किंचित उष्ण अशा वासंतिक वायुलहरींवरून मुरलीचे मधुर सूर लांबून लांबून तरंगत येत होते. वसंतोत्सवाकरता मथुरेचे सारे नागरिक नगराबाहेरच्या वनात गेले होते. त्या निस्तब्ध नगरीतल्या विविध छायांकडे आकाशाच्या मध्यभागी विलसणारा पूर्णचंद्र कुतूहलाने पाहत होता.

उपगुप्त नगरीच्या निर्जन मार्गाने एकटाच चालला होता. प्रेमविव्हल कोकिळा त्यांच्या भोवतालच्या आम्रवृक्षांच्या शाखांवर बसून विरहगीते गात होत्या.

संन्यासी नगरीच्या वेशीतून बाहेर आला आणि तटाच्या पायथ्याशी उभा राहिला.

आपल्या पायाजवळच एक स्त्री धुळीत पडली आहे, असे त्याला दिसले. तिला विचित्र रोगाने ग्रासले होते. तिचे सारे शरीर व्रणांनी भरून गेले होते आणि नगरीतून तिला हाकलून लावण्यात आले होते.

संन्यासी तिच्याजवळ बसला, त्याने तिचे मस्तक आपल्या मांडीवर घेतले आणि तिच्या व्रणांना वृक्षांचा औषधी चीक तो नाजूक हाताने लावू लागला.

त्या स्त्रीने डोळे उघडून विचारले, ''महाराज, आपण कोण आहात? साऱ्या मथुरेनं तिरस्कारलेल्या एका अनाथ दुर्दैवी स्त्रीवर दया करणाराचं नाव -''

तो तरुण संन्यासी उत्तरला, ''योग्य वेळी मी आपणहून

तुला भेटायला येईन, असं मी पूर्वी सांगितलं होतं ना? ते वचन पाळण्याकरता मी आलो आहे.''

- मूळ कथा : रवींद्रनाथ टागोर

◆

मुकी माणसे!

दैनंदिनी पुष्कळ लोक लिहितात. लांबलचक पत्रे लिहिण्याचा नादही अनेकांना असतो. पण सरस दैनंदिनी ही सुंदर पत्रांइतकीच एक दुर्मीळ चीज आहे. घडलेल्या गोष्टी जशाच्या तशा टिपून ठेवण्याचे काम काय कुणीही सोम्यागोम्या करू शकतो. पण अशा टिपणांतून अष्टौप्रहर येणाऱ्या नीरस अनुभवांपेक्षा निराळी सृष्टी निर्माण करण्याचे सामर्थ्य फारच थोड्या लोकांच्या अंगी असते. पत्रलेखनाची कला तर सध्या शिळोप्याच्या गोष्टींच्या कलेप्रमाणे इतिहासात जमा झाल्यासारखीच आहे. 'आज आत्या आमच्याकडे चहाला आली होती,' 'बाबांना अजून संधिवाताचा त्रास होत आहे' इत्यादी वाक्यांत ज्याला मजा वाटेल असा महाभाग उभ्या जगात तरी शोधून मिळेल का? पण दुर्दैवाने आपल्या बहुतेक पत्रांत आणि ज्यांना आपण अगदी जीवश्चकंठश्च मित्रांच्या गुजगोष्टी मानतो, त्या संभाषणात असल्याच गोष्टीचा प्रामुख्याने उल्लेख होत असतो.

खरोखरच प्रत्येकाने जर दैनंदिनी ठेवली आणि आपल्या अंतरंगाचे प्रतिबिंब तिच्यात पडेल अशी दक्षता घेतली, तर रिकामपणाचा वेळ घालविण्याकरिता कथा-कादंबऱ्या वाचण्याची कुणालाही जरूर पडणार नाही. तसे पाहिले तर प्रत्येकाचे आयुष्य ही एक हृदयस्पर्शी कथाच असते, नाही का? पण बहुतेक लोक आपली जीवनकथा न सांगताच या जगातून प्रयाण करीत असतात. कधीकधी आपल्या जीवनग्रंथात उत्कट कथागुण आहेत हेसुद्धा त्यांना कळत नाही. आपला आयुष्यलेख

ही दुसऱ्या एखाद्या जीवनकथेची प्रस्तावना आहे अशा समजुतीतच ते आला दिवस कंठीत असतात! प्रत्येकाच्या चरित्रात एका सुंदर कथेचे साहित्य भरलेले असते याची जाणीव त्यांना होईल, तर तरुण पिढीला त्यांचे कितीतरी साहाय्य हाऊ शकेल. पण ही माणसे बहुधा ध्येयशून्य मन:स्थितीत चाचपडत चाचपडत आयुष्याचा प्रवास कसाबसा पुरा करतात! भविष्यकाळ तर त्यांना धुक्याने आच्छादिलेला दिसतोच! पण भूतकाळसुद्धा त्यांना तितकाच अंधूक भासू लागतो. आपले जावळ कधी ठेवले गेले, आपली मुंज कधी झाली, असल्या गोष्टींची किंवा फारफार म्हणजे आपल्या पहिल्यावहिल्या चुंबनाची नक्की तारीखही मंडळी कदाचित सांगू शकतील. पण इतिहासातील राजांच्या सनावळ्याप्रमाणे या तारखाही जीवनावर प्रकाश टाकण्याच्या कामी असमर्थ ठरतात. हे प्रसंग प्रत्येकाच्या आयुष्यात घडत असतातच! ते नुसते नमूद केल्याने कोणाचेही मनोरंजन किंवा मार्गदर्शन होणार नाही. पहिल्या चुंबनासारख्या अपूर्व प्रसंगी आपल्या अंतरंगाच्या अंतरंगात कोणत्या मोहक कल्पना नृत्य करीत होत्या हे त्यांनी सांगितले, तर ते मात्र जगाच्या दृष्टीने मनोरंजक आणि मार्गदर्शक ठरेल. आयुष्यातील कुठल्याही प्रसंगापेक्षा त्याचे प्रत्येकावर होणारे संस्कार आणि प्रतिक्रिया यातच मानवी जीवनाचे खरे वैचित्र्य आहे. हे वैचित्र्य हाच जिज्ञासेचा आणि रंजनाचा आत्मा आहे.

पण बहुतेक माणसांना आपल्या स्वत:च्या अंतरंगाचे स्पष्ट चित्र काढण्याचे कसब काही केल्या साधत नाही. ते कंटाळा येईपर्यंत तीच तीच नीरस गोष्ट सांगतील किंवा दुसऱ्या कोणाचे तरी अनुकरण करण्यात समाधान मानतील. काही माणसांत हा दोष इतक्या पराकोटीला गेलेला असतो, की ध्वनीपेक्षा प्रतिध्वनी हाच त्याचा स्वभावविशेष होऊन बसतो. या माणसांना कमीत कमी एक भाषा येत असते हे उघड आहे. पण त्या भाषेतून त्यांना स्वत:चे विचार किंवा भावना काही केल्या प्रकट करताच येत नाहीत. दुसरा कोणी जे काही बोलून गेला असेल, तेच त्याच्या तोंडून नकळत बाहेर पडत असते. यामुळे

आपण काय करीत आहो किंवा इतर लोक काय करीत आहेत, हे स्थूल दृष्टीने सांगण्यापलीकडे त्यांना वाणीच्या देणगीचा उपयोग करता येत नाही. अशा कायम ठशाच्या गोष्टींत आकर्षक असे काय असणार? मार्गदर्शनाच्या दृष्टीने तर त्या निरुपयोगीच ठरतात.

आपण सारे बहुधा असे वागतो. बहुतेक माणसे एकांतात स्वत:शीच अधिक बोलत असतात ही दुर्दैवाची गोष्ट आहे. मनातल्या मनात ते जे विचार करतात, तेच जर उद्गाररूपाने बाहेर पडले तर मानवी समाजापेक्षा अधिक कुतूहलजनक असे दृश्य जगात दुसरीकडे कोठेही दिसणार नाही. पण सद्य:स्थिती पाहिली तर -जाऊ द्या! कदाचित मीच संशयात्मा होऊ लागलो असेन!

हाताच्या बोटांवर मोजण्याइतका माणसांनी जरी आपल्या अंतरंगातील अनुभवांचा खराखुरा इतिहास लिहिला तरी बाह्यत: अत्यंत रूक्ष दिसणाऱ्या अनेक जीवनकथा हा हा म्हणता अद्भुतरम्य वाटू लागतील. निव्वळ मनोरंजक वाटणाऱ्या चरित्रांचे आणि आत्मचरित्रांचे डोंगर जगात पडले आहेत. पण जीवनाची व्यापक आणि उत्कट जाणीव आपल्या यशाचे रसभरित वर्णन करण्यात आणि आपल्याला ओळखणाऱ्या मोठमोठ्या लोकांची सविस्तर माहिती सांगण्यात इतके गुंग होऊन जातात, की जीवनविषयक तत्त्वज्ञान सांगायला त्यांच्या पुस्तकात जागाच उरत नसावी!

आपले वैयक्तिक तत्त्वज्ञान लोकांना समजावून सांगण्याची कित्येकांना भीती वाटत असली तरी प्रत्येकाला त्याचा स्वत:शीच विचार करावा लागतो, यात संशय नाही. एखाद्या बेसावध क्षणी माणसाचे आपल्याला जे दर्शन होते, त्यावरून तो कोणत्या प्रकारचा मनुष्य आहे, हे आपल्याला कळू शकते. माझे मत विचाराल तर माणूस कोणत्या प्रकारचा आहे या गोष्टीपेक्षा त्याच्या जीवनाला निश्चित अशी काही बैठक आहे की नाही याला महत्त्व देण्याइतके पावसाळे सुदैवाने मी पाहिले आहेत. मानवी प्रतिध्वनी, मानवी मुखवटे आणि मानवी

गाण्यांच्या तबकड्या यांच्याशी गाठ पडली म्हणजे मात्र मला मनुष्याच्या सहवासापेक्षा एकांतवास फार बरा असे वाटू लागते. स्वत:ची टिमकी वाजवीत काहीच न करण्यापेक्षा जे करू नये तेसुद्धा माणसाने केलेले बरे! आणि आपल्या विचारशक्तीला बहुजनांचे अंध दास्य पत्करायला लावून सुरक्षित राहण्यापेक्षा लौकिकदृष्ट्या निषिद्ध वाटणाऱ्या नव्या विचारांत रमून जाणे हेसुद्धा फार चांगले!

– १९४५ (रिचर्ड किंगच्या एका लघुनिबंधाचा स्वैर अनुवाद)

◆